ഇണയില്ലാപ്പൊട്ടൻ

Enayillapottan
Stories

V S Ajith

CHINTHA PUBLISHERS
Thiruvananthapuram

First Edition
June 2022

Typesetting and Published
Chintha Publishers, Thiruvananthapuram

Cover Design
Vinod Mangoes

ISBN : 978-93-93468-43-7

CO - 3114 / 6003

Email: chinthapublishers@gmail.com
Website: www.chinthapublishers.com

A version is available at National Libraries
Kolkata, Mumbai, Chennai and Delhi

Distribution
DESHABHIMANI BOOKHOUSE
H O Thiruvananthapuram 695035

Branch
Head Office Kunnukuzhi • Statue Thiruvananthapuram
KSRTC Bus Terminal Thampanoor • Saphalyam Complex Thiruvananthapuram
KSRTC Bus Station Alappuzha • KSRTC Bus Station Ernakulam
Machingal Lane Thrissur • IG Road Kozhikode
Mavoor Road Kozhikode • NGO Union Building Kannur
Central Bus Terminal Complex Thavakkara Kannur

ഇണയില്ലാപ്പൊട്ടൻ

വി എസ് അജിത്ത്

ചിന്ത പബ്ലിഷേഴ്സ്
തിരുവനന്തപുരം-695 035

വി എസ് അജിത്ത്

തിരുവനന്തപുരത്ത് കല്ലിയൂരിൽ ജനിച്ചു. കേരള യൂണിവേഴ്സിറ്റിയിൽനിന്നും ബി എസ് സിയും എം ബി എയും നേടി. ഫാർമസ്യൂട്ടിക്കൽ മാർക്കറ്റിങ് എന്ന തൊഴിലിൽ ഏർപ്പെട്ടിരിക്കുന്നു. കഥയും കവിതയും എഴുതും. മലയാളത്തിലെ പ്രമുഖ ആനുകാലികങ്ങളിൽ കഥകൾ പ്രസിദ്ധീകരിച്ചുവരുന്നു.

കൃതികൾ: *എലിക്കെണി* (കഥ), *ദമനം* (കവിത)

വിലാസം : ഏകദന്തം
കാക്കാമൂല, കല്ലിയൂർ പി ഒ
തിരുവനന്തപുരം - 695 042
E-mail : ajithvswriter@gmail.com
Ph : 9072312919

ഉള്ളടക്കം

പ്രസാധകക്കുറിപ്പ്

തെക്കൻ മലയാളത്തിന്റെ സാംസ്കാരിക സവിശേഷതകൾ നിറഞ്ഞ ഭാഷാപ്രയോഗത്തിലൂടെ സൂക്ഷ്മമായ രാഷ്ട്രീയവ്യവഹാരങ്ങൾ സാദ്ധ്യമാക്കുന്ന കഥകളാണ് വി എസ് അജിത്തിന്റേത്. സമൂഹത്തിലെ കെട്ടുകാഴ്ചകളെയും വരേണ്യതയെയും കശക്കിവിടുന്ന കഥയും ആഖ്യാനവും സവിശേഷ ശ്രദ്ധയർഹിക്കുന്നു. ആൺപെൺ ബന്ധത്തിൽ നാം ഒളിക്കാൻ ശ്രമിക്കുന്നതെന്താണോ അവയെയെല്ലാം ആഴത്തിലുള്ള മനഃശാസ്ത്രധാരണയോടെ മറനീക്കി കാണിക്കുകയാണ് കഥാകൃത്ത്. കഥകളിലൊളിപ്പിച്ച ഹാസ്യം കഥാബാഹ്യമായ ജീവിതാന്വേഷണമായി പരിണമിക്കുന്ന അസാധാരണമായ എഴുത്താണ് അജിത്ത് ഈ കൃതിയിലൂടെ സാദ്ധ്യമാക്കുന്നത്.

ചിന്ത പബ്ലിഷേഴ്സ്

ആമുഖം

"അധികാരം കൊയ്യണമാദ്യം നാം അതിനുമേലാകട്ടെ പൊന്നാര്യൻ"

എന്ന് ഇടശ്ശേരി പാടിയപ്പോൾ അതിനിത്രയും വിവക്ഷകൾ ഉണ്ടായിരുന്നോ എന്ന് സംശയമാണ്. ഇന്ന് അധികാര സമവാക്യങ്ങ (Power Equations)ളാൽ നിയന്ത്രിക്കപ്പെട്ടതാണ് ഓരോ വിനിമയവും (ബന്ധങ്ങളും ബന്ധനങ്ങളും). കഥയിലെ ഇണയില്ലാപ്പൊട്ടൻ തോട്ടിപ്പണിക്കാരനാണ്. ഗ്ലാമറില്ലാത്ത, പവറില്ലാത്ത, പ്രിവിലേജുകളില്ലാത്ത ഏതൊരു തൊഴിലാളിയുടെയും പ്രതീകമാണയാൾ. മണവും ഗുണവും ഉണ്ടെങ്കിലും അയാൾക്ക് മണ്ണും പെണ്ണും ഇല്ല. തൊഴിൽ അടിസ്ഥാനമാക്കിയുള്ള ചാതുർവർണ്യം ഇന്നുമുണ്ട്! അധികാരവും പ്രതിഷ്ഠയും ഉള്ളവർ 'പീച്ചാം ക്ലാത്തി'കളോട് കാണിക്കുന്ന 'തിണ്ണപ്പരിപാടി'കളുടെ കഥകളാണ് ഈ സമാഹാരത്തിലുള്ളത്.

ഈ പുസ്തകം യാഥാർത്ഥ്യമാക്കാൻ സഹായിച്ച നിരവധി സുമനസ്സുകളുണ്ട്. അവരോടെല്ലാം നന്ദിയും സ്നേഹവുമുണ്ട്. പ്രൗഢസുന്ദരമായ അവതാരിക എഴുതാൻ സൗജന്യമാധുര്യം കാണിച്ച സക്കറിയ സർ, പഠനം എഴുതിയ പ്രൊഫ. ശ്യാം ശ്രീനിവാസ്, പ്രിയ സുഹൃത്തുക്കളായ സതീഷ്കിടാരക്കുഴി, പ്രതാപൻ എന്നിവർ സവിശേഷ കൃതജ്ഞത അർഹിക്കുന്നു. മാൻഹോളിന്റെ വിലയില്ലായ്മയിൽനിന്നും 'ഇണയില്ലാപ്പൊട്ട'നെ വിലകൊടുത്തു വാങ്ങി സമഭാവനയുടെ ഇടനെഞ്ചിൽ സൂക്ഷിക്കാൻ മുന്നോട്ടു വരുന്ന സമാനഹൃദയനായ വായനക്കാരാ "ഇതാ നിനക്കെന്റെ കരതലാമലകം."

വി എസ് അജിത്ത്

അവതാരിക

"നർമ്മത്തിന്റെയും സാമൂഹ്യവിമർശനത്തിന്റെയും മിശ്രിതങ്ങളായ കഥകൾ"

സക്കറിയ

വി എസ് അജിത്തിന്റെ കഥകൾ നർമ്മത്തിന്റെയും ശുദ്ധ പരിഹാസത്തിന്റെയും സാമൂഹിക വിമർശനത്തിന്റെയും സാഹിത്യ ഭാഷയുടെ അഴിച്ചുപണിയലിന്റെയും ആസ്വാദ്യങ്ങളായ മിശ്രിതങ്ങളാണ്. നാഗരികരും അല്ലാത്തവരുമായ മണ്ണിലെ മനുഷ്യരുടെ ഔദ്യോഗികവും അനൗദ്യോഗികവുമായ ജീവിതങ്ങളാണ് അവയുടെ വിഷയം. അജിത്തിന്റെ മതേതരവും ജനാധിപത്യപരവുമായ മൂല്യവിചാരത്തിന്റെ അടിത്തറ അവയുടെ സാമൂഹ്യ ഇടപെടലിനെ ആക്ഷേപഹാസ്യത്തിനപ്പുറത്തുള്ള മാനങ്ങളിലേക്ക് നയിക്കുന്നു. വി കെ എന്നിന്റെ നർമ്മപാരമ്പര്യം ഇവയ്ക്കു പിന്നിലുണ്ട്. എന്നാൽ വി കെ എന്നിനേക്കാൾ പൊളിറ്റിക്കലാണ് അജിത്തിന്റെ കഥകൾ. എം പി നാരായണ പിള്ള മൂഢതകളോട് പ്രദർശിപ്പിച്ച സഹിഷ്ണുതയും ഇവിടെയില്ല. അജിത്തിന്റെ നർമ്മം ശക്തവും പ്രഹരശേഷിയുള്ളതുമാണ്. ഈ ചെറിയ കഥകൾ ഒന്നുചേർന്ന് മലയാളത്തിന് നല്കുന്നത് പുതിയ തലമുറയുടെ എഴുത്തിന്റെ ഒരു പുതിയ മുഖമാണ്.

പോയി. ഞാൻ ഒരു മണിക്കൂറായി ചകിരീം ലോഷനുമായി കഴുകിക്കൊണ്ടിരിക്കുവാ... കഴുവേറീടെ മോൻ!"

ഇനി ലക്ഷ്യം കാണാതെ എവിടെയും ഇരിക്കണ്ടെന്നുറപ്പിച്ച് ചാനലുവാരം നൂരെ നടന്ന് കലുങ്ക് തിരിഞ്ഞ് കുഴിപ്പള്ളത്തോട്ട് ചാടി ഇറച്ചിവെട്ടുകാരൻ മണിച്ചന്റെ വീട്ടിലെത്തി. വാറ്റുചാരായമുണ്ടാക്കാൻ കുളത്തിൽ കെട്ടിത്താത്തിയിരുന്ന കോട എക്സൈസുകാർ പൊക്കിയതിന്റെ വ്യസനത്തിൽ മണിച്ചൻ വീട്ടിൽ തന്നെ ഇരിപ്പുണ്ടായിരുന്നു.

"ഏവനോ ഒറ്റിയതാ സാറേ... തിണ്ണപ്പരിപാടി കാണിക്കാൻ എക്സ്സൈസുകാര് പണ്ടേ മിടുക്കന്മാരാ.... ഇന്നാളൊര് മെഡിക്കൽ റപ്പിനോട് നൈട്രാസെപ്പാം ഗുളിക കിട്ടുമോന്ന് ചോദിക്കണ കേട്ടു."

"അവർക്കെന്തിനാ നൈട്രാസെപ്പാം"

"പറയാം സാറേ നൈട്രാസെപാം രണ്ടെണ്ണം വിഴുങ്ങിയാൽ നാലടിച്ച തരിപ്പ് കിട്ടും.. ജയിൽപ്പുള്ളികളെ കാണാൻ പോണ കൂട്ടുകാർ പൊടിപിള്ളകള് കുടിക്കണ രണ്ട് രൂപേടെ സിപ്പപ്പിന്റെ കൂട്ടിനകത്ത് പത്തിരുപത് ഗുളികയിട്ട് റബ്ബർ ബാന്റിട്ടു കെട്ടി മലദ്വാരത്തിൽ വച്ച് കൊണ്ട് കൊടുക്കും."

"അതു ശരി.. പക്ഷേ, എക്സൈസുകാർക്കെന്തിനാ നൈട്രാസെപാം?"

"വെള്ളമടിച്ച് വഴീക്കിടക്കണ ഏതെങ്കിലും അപ്പാവീടെ പോക്കറ്റിൽ ഗുളിക വച്ച് അവന്റേന്ന് പിടിച്ചെന്നും പറഞ്ഞ് കേസെടുക്കും. പ്രമോഷനും മെഡലും കിട്ടും!"

"ഇതിനെയാണോടേ തിണ്ണപ്പരിപാടീന്ന് പറയുന്നത്?"

"പിന്നല്ലാതെ, ഊക്കൻ തിണ്ണപ്പരിപാടികളല്ലേ ചോരകുടിയന്മാർ ചെയ്യുന്നത്!"

"ഞാനൊരു കാര്യം പറഞ്ഞാ നീ ചിരിക്കുവോ?"

"പറ സാറേ പറ, ഈ വറുതിക്കാലത്ത് ചിരിക്കാമ്പറ്റ്യാ പുണ്യല്ലേ?"

"ഞാൻ തിണ്ണപ്പരിപാടി എന്ന വാക്കിന്റെ അർത്ഥം പഠിക്കാൻ ഇറങ്ങിയതാണ്."

"എന്നാ വാ സാറേ.. നമുക്ക് കാട്ടിപ്പോവാം."

"കാട്ടിപ്പോയിട്ട് എന്തിനാ?"

"കാടു കാട്ടാം വാക്കും പഠിക്കാം."

നടന്നു നടന്ന് കാട്ടിലെത്തി ഒരു ഏറുമാടത്തിൽ വലിഞ്ഞുകയറി ബൈനോക്കുലർ ഫിറ്റ് ചെയ്തു. ദൂരെ രാജാവായ സിംഹം പാറപ്പുറത്തിരുന്ന് മഹാമാരിയെക്കുറിച്ച് കാട്ടു ജീവികളോട് വിശദീകരിക്കയാണ്.

"ആരും കാടുവിട്ട് പുറത്ത് പോകരുത്. മനുഷ്യന്മാർ തിങ്ങിനിറഞ്ഞ സ്ഥലങ്ങളിൽ ഏതോ കൂതറ അണു പടർന്ന് പിടിച്ചിരിക്കയാണ്. ലവൻമാരെല്ലാം പുഴുക്കളെപ്പോലെ ചത്തുമലക്കുകയാണ്. അച്ചായന്മാർ കപ്പനട്ടിടത്ത് പോയിക്കളയാമെന്ന് എതെങ്കിലും പെരുച്ചാഴി കരുതുന്നുണ്ടെങ്കിൽ അവരെ കാട്ടുമാർജാര പൊലീസ് വേണ്ടവിധം കൈകാര്യം ചെയ്യും.

നിങ്ങൾക്ക് വേണ്ട കപ്പ മന്ത്രി കടുവച്ചാർ നിങ്ങളുടെ മാളങ്ങളിൽ എത്തിക്കുന്നതാണ്. നാടിലെ പുഴയിൽ വെള്ളം കുടിക്കാറുള്ള ആനകൾക്ക് വേണ്ട വെള്ളം കാട്ടരുവിയിൽ നിന്ന് ലഭ്യമാക്കുന്നുണ്ട്. നാട്ടീന്ന് പറന്നു വന്ന കഴുകന്മാരെ പ്രത്യേകം അടയാളപ്പെടുത്തിയ മരക്കൊമ്പിൽ പതിനാല് ദിവസം പാർപ്പിക്കുന്നതാണ്.

തേൻ, വിറക്, കഞ്ചാവ് ഇത്യാദി അടിച്ചു മാറ്റാൻ നാട്ടിൽനിന്നു വന്ന് കാട്ടിൽപ്പെട്ടു പോയ മനുഷ്യർക്ക് വേണ്ട സഹായം ചെയ്യാൻ അവരുടെ ഭാഷ മനസ്സിലാവുന്ന വാനര സൈന്യത്തിന് രൂപം കൊടുത്തിട്ടുണ്ട്.

ഇതൊക്കെ കേട്ട് എല്ലാ മൃഗങ്ങളും കയ്യടിക്കുകയും കണ്ണീർ വാർക്കുകയും ചെയ്തു. അസൂയയും കുശുമ്പും മൂത്ത ചീങ്കണ്ണി പൊട്ടക്കിണറ്റിൽ കിടന്ന് ചെളിവെള്ളം തെറിപ്പിക്കുകയും പന്നി, തീട്ടംവാരി പാറപ്പുറത്തേക്ക് എറിയുകയും ചെയ്തു.

കശാപ്പുകാരൻ മണിച്ചൻ എന്നെ ഒന്നു മാന്തി.

"കണ്ടോ കണ്ടോ ആ പന്നി ചെയ്യുന്ന കണ്ടോ.. ഇതിനെയാണ് തിണ്ണപ്പരിപാടി എന്ന് പറയുന്നത്."

അരിക്കടേടെ തിണ്ണയിൽ ആ ഭ്രാന്തൻ ചെയ്തതും തിണ്ണപ്പരിപാടിയായിരുന്നല്ലോന്നോർത്ത് കാടിറങ്ങി വന്ന് മണിച്ചന്റെ വീട്ടിനടുത്തെത്തിയപ്പോൾ പൊരിഞ്ഞ പള്ളുവിളി. മണിച്ചന്റെ പെണ്ടാട്ടി സുമംഗല മുടിയും മുണ്ടുമഴിച്ച് അഴിഞ്ഞാടുന്നു. കൊടുങ്ങല്ലൂരെ പ്രസാദം ഒട്ടും കുറയില്ല. മണിച്ചനെ കണ്ടതും അവർ ഒരു മുട്ട ഉയർത്തിക്കാട്ടി;

"കണ്ടാ മണിച്ചാണ്ണാ ഈ അറുവാണി വാസന്തി മൊട്ടയില് കൊട്ടേടെ പടോം വരച്ച് എന്തരോ കുനുകുനാ എഴുതിച്ച് നമ്മുടെ വെളയിൽ കുഴിച്ചിട്ടേച്ച് പോയി.. ഇവളുടെ തിണ്ണപ്പരിപാടി ഇന്നത്തോടെ ഞാൻ തീർക്കും. ഇറങ്ങി വാടീ... ടെ മോളേ..!"

---

* *മഹർഷിമാരുടെ ആശ്രമത്തിലെത്തുന്ന അതിഥികൾക്ക് പശുവിന്റെ മാംസം ഭക്ഷണമായി നല്കുന്ന പതിവുണ്ടായിരുന്നു. അങ്ങനെയാണ് അതിഥിക്ക് സംസ്കൃതത്തിൽ "ഗോഘ്നൻ" എന്ന പര്യായം വന്നത്.*

രപ്പിക്കുംവിധം ബൽറ്റില്ലെങ്കിലും അഴിയാതെ കള്ളിമുണ്ട് ഉടുത്തു കൊണ്ടുമുള്ള ആ വരവു കണ്ടാൽ പുലിമുരുകനാണെന്നേ ആരും പറയൂ. എന്നുവച്ച് പുളുന്താൻ ശരീരവും ചരിവും കുടവയറുമൊന്നുമില്ല കേട്ടോ. *സ്വാതന്ത്ര്യം അർദ്ധരാത്രിയിൽ* എന്ന പുസ്തകത്തിൽ ഹാരി കോളിൻസും ഡൊമിനിക്ക് ലാപ്പിയറും മൗണ്ട് ബാറ്റനെക്കുറിച്ച് പറയുമ്പോലെ വ്യായാമദൃഢം.

മണ്ണുകൊണ്ടുള്ള കയ്യാല ചാടിക്കടന്ന് മരച്ചിനി വിളവാരം നൂരെ രമണീടെ വടക്കേപ്പുറത്തെത്തി. കള്ളിമുണ്ട് തുടവരെ തെറുത്ത് കേറ്റി കുന്തിച്ചിരുന്ന് മീൻ വെട്ടുന്ന രമണിയെക്കണ്ട് കണ്ണിൽ ആമ്പൽ വിടർന്നു. കൈയിൽ ആന്തൂറിയവും! സഹജമായ കൈമുദ്ര അനവസരത്തിലുണ്ടായതിൽ സ്വയം കെറുവിച്ചുകൊണ്ട് പോക്കറ്റീന്ന് കടിതമെടുത്ത് മാജിക് കാണിക്കാനെന്ന പോലെ വിരലുകൾക്കിടയിൽ തിരുകി. രമണി തിരിഞ്ഞു നോക്കുമ്പം കത്ത് കൊടുത്തിട്ട് ഓടിക്കളയണോ അതോ സ്ലോ മോഷനിൽ മുണ്ടിന്റെ പരസ്യത്തിലെ നായകനെപ്പോലെ പോണോ എന്നൊക്കെ ആലോചിച്ച് തീരുംമുമ്പ് രമണി തിരിഞ്ഞു നോക്കി.

പരദേവത കണ്ണുചിമ്മി. കൊടുങ്ങല്ലൂരിൽനിന്നും കമ്പിയയച്ചു. ഇടത്തേക്കാലീന്ന് തരിച്ച് കയറിയ ഊർജ്ജം വലത്തേക്കാലുവഴി ഭൂമിയിലേക്കിറങ്ങി. കുണ്ഡലിനി മേൽപ്പോട്ടുയർന്ന് സഹസ്രാരപത്മത്തിൽ മുട്ടി. ടിപ്പർ രായപ്പൻ മുരടനക്കി. കണ്ഠശുദ്ധി വരുത്തി. 'ഇടിവെട്ടീടും വണ്ണം വിൽമുറിഞ്ഞൊച്ച കേട്ടു.'

"എടീ പുണ്ടച്ചീടെ മോളേ.. നിന്റെ തന്തയെന്നു പറയുന്ന പുലയാടിമോൻ നിന്നെ സമയത്തും കാലത്തും ഇറക്കിവിടുമെന്ന് തോന്നുന്നില്ല. എന്റെ കൂടെ വന്നാ മൂന്നു നേരം തിന്നോണ്ട് മഴ നനയാതെ കെടക്കാം. പിന്നൊരു കാര്യം നിനക്ക് വരാതെ എനിക്ക് വരണേന്റന്ന് ഞാൻ കെട്ടിത്തൂങ്ങി ചാവും. നിനക്ക് വേറെ കെട്ടാം! അല്ലാതെ ഒരു മാതിരി മണ കൊണാഞ്ചന്മാരെപ്പോലെ...

എന്തര് പറയണ് പെണ്ണേ?"

ഒറ്റശ്വാസത്തിൻ ഇത്രയും ഗർജിച്ച മേഘനാദൻ നാരകച്ചെടി മുള്ളോടു കൂടി കൈവെള്ളയിലിട്ട് ഞെരിച്ച് ചുടുനിണം ചുരമീൻ ചോരയിലിറ്റിച്ച് വാനനീലിമയിലേക്ക് മിഴികൂപ്പി.

"വരാണ്ണാ"

രമണി എഴുന്നേറ്റ് കൈ കഴുകി. ഒരു ബക്കറ്റ് വെള്ളം തലയിലൊഴിച്ചു. മരച്ചീനി വിളവാരം നടന്ന് കയ്യാല കവച്ചുവച്ച് രായപ്പന്റെ കൈയിലേക്ക് വീണു.

നാട്ടിലൊരു കൊള്ളാവുന്ന കെട്ടു നടന്ന സന്തോഷത്തിൽ ബ്രഹ്മാവ് കെട്ടിയോനേം കെട്ടിയോളേം ഉല്പാദിപ്പിക്കുന്ന യന്ത്രത്തിന്റെ പ്രവർ

ത്തനം ഇനിയൊരറിയിപ്പുണ്ടാകുന്നതുവരെ നിർത്തിവച്ചു. താമരയിതളുകളടച്ച് സെൽഫ് ക്വോറന്റയിനിലേക്ക് പോയി. പൊക്കിളിലെ പൂവിലിരുന്ന് ടിയാൻതുറിച്ചു നോക്കുന്ന കാരണം വായ്ക്ക് രുചിയായിട്ട് കണവനെ ഉമ്മ വയ്ക്കാൻ പറ്റാതിരുന്ന മഹാലക്ഷ്മി സംപ്രീതയായി രായപ്പനെ കടാക്ഷിക്കുകയും തദ്വാരാ കൈവന്ന സമ്പദ്സമൃദ്ധിയിൽ രായപ്പനും രമണിയും കപ്പയും വാഴയും ടിപ്പറുമായി സുദീർഘം സസുഖം വാഴുകയും ഉണ്ടായി. ലിവ്ഡ് ഹാപ്പിലി എവർ ആഫ്റ്റർ!

യമ്മയാണ്. അതിൽ ച്ചിരി ചാമ്പൽ, ച്ചിരി ഉപ്പ്, ച്ചിരി ചാണകം ഒക്കെ തൂറ്റി സ്വന്തം വിത്തിട്ട് വെള്ളമൊഴിക്കുക. അത് മുളച്ച് തേക്ക്, ഈട്ടി, മഹാഗണി, ചന്ദനം, ചൊറിയണം, തൊട്ടാവാടി, കൈനാറി, കമ്യൂണിസ്റ്റ് പച്ച, ലീഗ് ചെമപ്പ് അങ്ങനെ എന്തരെങ്കിലുമൊക്കെ ആകും.. ചിലപ്പോ ആട് തിന്നിട്ട് പുളുക്കയിട്ടെന്നുമിരിക്കും.. അവനവന്റെ വിധി. ഉള്ളത് വച്ച് അനത്തുക. വിജയത്തിലേക്ക് കുറുക്കുവഴികളോ എണി പിടിക്കാൻ ആളോ ഇല്ല. കിളി പോയ കോവിന്ദൻ ഡാൻ ബ്രൗണിന് ഇപ്രകാരം കമ്പിയടിച്ചു.

"ചുമ്മാ പറയണതാണ് സാറേ.. പറ്റിക്കാൻ വേണ്ടിയാണെങ്കിലും ആരോടും ഇങ്ങനെയൊന്നും പറയരുതെന്ന് പറ സാറേ.."

കിട്ടിയത് വീട്ടിൽ കൊണ്ടുപോകണ്ടല്ലോന്ന് കരുതി നിങ്ങടെ പതിനായിരം രൂപ കൊടുത്ത് ഞാൻ അബുദബി ബിഗ് ടിക്കറ്റ് എടുത്തു. ഫസ്റ്റ് പ്രൈസ് എനിക്കടിച്ചു. നൂറ്റിയിരുപത് മില്യൺ ദിർഹംസ്, ഇരുന്നൂറ്റി നാല്പത് കോടി രൂപ. ഇന്നലെയായിരുന്നു നറുക്കെടുപ്പ്."

കോവിന്ദന് എക്കിളും വളിയും ഒരുമിച്ച് വന്നു. അരക്കുപ്പിവെള്ളം ദാനം ചെയ്ത് സുസ്മേരവദനനായി അംബാനി അടുത്ത സീറ്റിലിരുന്നു.

"ഞാൻ ആദ്യമായി അടിച്ചു മാറ്റുന്ന പതിനായിരം രൂപ നിങ്ങടെയാണെന്ന് കരുതി കോവിന്ദൻ വിഷമിക്കണ്ട. ഇതു നോക്കൂ."

അംബാനി ഒരു ഡയറി തുറന്നു കാണിച്ചു. അതിൽ സ്വർണ്ണ മഷികൊണ്ട് ഇപ്രകാരം എഴുതിയിരുന്നു;

"യതി ഹാസ്തി തദന്യത്ര യന്നേ ഹാസ്തി ന തത് ക്വചിത്"

അതായത്

"എന്റെ കാശ് എവിടെയും കാണാം എന്നാൽ നിങ്ങളുടേത് അല്ലാത്തത് ഒന്നും എന്റെ കൈയിൽ കാണുകയില്ല."

"കോവിന്ദന് ബോറടിക്കുന്നില്ലെങ്കിൽ ഒരു തത്ത്വം കൂടി പറയാം:

പൂർണ്ണമത പൂർണ്ണമിതം
പുർണ്ണാത് പൂർണ്ണമുദച്യതേ
പൂർണ്ണസ്യ പൂർണ്ണമാതായ
പൂർണ്ണമേവാവശിഷ്യതേ"

തങ്കീടെ അരഞ്ഞാണം തുലച്ചിട്ട് ചോക്കലേറ്റു പോലും നേടാതെ എങ്ങനെ വീട്ടിൽ കയറും! കോവിന്ദൻ വിമാനമിറങ്ങി നേരെ മാൻഹോളിലേക്ക് നടന്നു. മൂന്നു ദിവസം അവധിയെടുത്തപ്പോഴേക്കും കക്കൂസ് കുഴികളൊക്കെ നിറഞ്ഞ് കവിഞ്ഞിരിക്കുന്നു.

If you substract infinity from infinity, infinity remain as balance..... പൂർണ്ണമത പൂർണ്ണമിതം...

അംബാനി നിങ്ങള് പുലിയാണ്.

വാഴവച്ച നാഗം

കാമുകിക്ക് ഒരുലക്ഷത്തി പതിനൊന്നായിരത്തി ഒരുനൂറ്റിപതിനൊന്ന് SMS കൾ അയച്ചിട്ടും

"അബ്രഹാം ഇസഹാക്കിന്റെ പിതാവായിരുന്നു, ഇസഹാക്ക് യാക്കോബിന്റെയും, യാക്കോബ് യൂദായുടെയും സഹോദരന്മാരുടെയും പിതാവായിരുന്നു"

എന്ന് തുടങ്ങി അവളുടെ പതിനാല് തലമുറകളുടെ ചരിത്രം കാണാപ്പാഠം പഠിച്ച് തിരിച്ചും മറിച്ചുമുള്ള നിരവധി ടെസ്റ്റ് പേപ്പറുകൾ ഡിസ്റ്റിങ്ഷനോടുകൂടി പാസ്സായിട്ടും സംഗതികളും കാര്യങ്ങളും നടക്കാതെ വന്നതിൽ ദണ്ഡപ്പെട്ട് ശീമോൻ കലുങ്കിൽ കുത്തിയിരുന്നപ്പോഴാണ്

"ആ സമയത്ത് പത്ത് വാഴ നട്ടിരുന്നെങ്കിൽ ഇപ്പം കൊല വെട്ടാമായിരുന്നു"

എന്ന് പറഞ്ഞുകൊണ്ട് വെളിപാടിന്റെ പുസ്തകവുമായി തീമത്യോസങ്കിൾ ആ വഴി വന്നത്.

മുപ്പത് വർഷം കാർഷികകോളേജിലെ വാഴഫാമിൽ ഉദ്യോഗമനുഷ്ഠിച്ച ശേഷം വിരമിക്കുമ്പോൾ തീമത്യോസിന് 55 വയസ്സ് എന്നാണ് വയ്പ്പ് എങ്കിലും 65 എങ്കിലും വരുമെന്നാണ് അസൂയാലുക്കൾ പറയുന്നത്. കൊമ്പിലെ വളയം നോക്കി പശുവിന്റെ പ്രായം കണ്ടുപിടിക്കും പോലെ റിക്രൂട്ട്മെന്റ് ഓഫീസർ, SSLC ബുക്കും ബർത്ത് സർട്ടിഫിക്കറ്റും ഇല്ലാതിരുന്ന തീമത്യോസിന്റെ, ഏതോ ഒരു വളയം നോക്കി വയസ്സ് 25 എന്ന് കണ്ടുപിടിച്ചാണ് ജോലിക്ക് എടുത്തത്.

വെള്ളാനകളും വിവരദോഷികളുമായ പ്രാഫസർമാരുടെ മണ്ടത്തരങ്ങളിലൂടെ Don't s ഉം സ്വന്തം പണയിലെ കൃഷിയിലൂടെ Do s ഉം

പഠിച്ച തീമത്ത്യോസ് വാഴകൃഷിയിലെ മുടിചൂടാമന്നനത്രേ! സൂര്യനുള്ളപ്പൊഴൊക്കെ വെട്ടീം കെളച്ചും അദ്ധ്വാനിച്ച് രാത്രി രാത്രി ഒരു പൈന്റ് റം വെള്ളമൊഴിക്കാതെ കീറി ഒരു ചരുവം ചോറ് അരച്ചരുവം മരച്ചിനീം കാൽപിഞ്ഞാണം ചാളക്കറീം കൂട്ടി അടിക്കുന്നതുകൊണ്ട് ബി പി, ഷുഗർ, കൊളസ്ട്രോൾ ഇത്യാദി യാതൊരു ഏനക്കേടുകളുമില്ല. ലാബ് റിപ്പോർട്ടിലെ ഇന്റർനാഷണൽ സ്റ്റാൻഡേർഡ് വാല്യൂസ് കണ്ട് മറിഞ്ഞുവീണ അപ്പു ഡോക്ടർക്ക് ഇപ്പഴും ബോധം വന്നിട്ടില്ല.

വാഴകൃഷിയുടെ വാഴ്ത്തുകേട്ട ശീമോൻ ഒട്ടും അമാന്തിക്കാതെ കാറെടുത്ത് കളിയിക്കാവിളയിലേക്ക് വിട്ടു. അമാന്തിക്കുന്ന ശീലം ശീമോന് പണ്ടേ ഇല്ല. അനമാന്തിപ്പും സ്ഥിരോത്സാഹവുമനുസരിച്ച് ലങ്ങേര് പറയുമ്പോലെയാണെങ്കി രണ്ട് പ്രാവശ്യം അമേരിക്കൻ പ്രസിഡണ്ടാവേണ്ട സമയം കഴിഞ്ഞു. 25 വർഷം പഴക്കമുള്ള സെക്കന്റ് ഹാൻഡ് ഓമ്നി ഓടിച്ച് പാറശ്ശാല കഴിഞ്ഞതും വാഴക്കുല വില്ക്കുന്ന പുരാതന മൊത്തവ്യാപാര കടയുടെ പാതിക്കുവച്ച് പിളർന്ന ചുവരിൽ "വാഴവച്ച നാഗം " എന്ന പഴയ സിനിമാ പോസ്റ്റർ ശീമോന്റെ കണ്ണിൽ ഉടക്കി. ആദ്യമായാണ് ഏതെങ്കിലുമൊരു സിനിമാ പോസ്റ്റർ ശീമോന്റെ ശ്രദ്ധയിൽ പെടുന്നത്.

ശീമോനും തീമത്ത്യോസ് അങ്കിളും ചേർന്ന് പോച്ചപിടിച്ചുകിടന്ന ഒരേക്കറിൽ 3 അടി നീളം 3 അടി വീതി 3 അടി താഴ്ച്ചയിൽ 3 ദിവസംകൊണ്ട് 333 കുഴികളെടുത്തു. ആദ്യമായി നമ്മട്ടി പിടിച്ചതിനാൽ കൈപ്പത്തി പൊള്ളിയടർന്ന് ചോരയിറ്റു. തെങ്ങിന്റെ കൂർത്ത് മുർത്ത വേരുകൾ കാൽവിരലുകൾക്കിടയിൽ കുന്തനെ കയറി. തൊട്ടാവാടിയും ചില്ലറക്കാരനല്ല.. ഓരോ മുറിവിലും ഒളിഞ്ഞിരുന്ന ഓർഗാസങ്ങൾ മുട്ടായിപോലെ നുണഞ്ഞു. കുഴീടെ ഒത്തനടുക്ക് വട്ടത്തിൽ കൊത്തിയെടുത്ത ഗർഭപാത്രത്തിൽ മണ്ണും ചാമ്പലും കുഴച്ച് ഏത്തവാഴക്കന്ന് കുത്തി.

രാവിലേം വൈകീട്ടും നനച്ചു. രാത്രി ഒരു മണിക്ക് എണീറ്റ് കുരുപ്പ് വരുന്നുണ്ടോന്ന് ടോർച്ചടിച്ച് നോക്കി. ആദ്യംനട്ട വാഴയോട് ആദ്യാനുരാഗം പോലെ എന്തോ ഒരിത് വളർന്നു വരുന്നത് പോളിഗാമിയുടെയും സമഭാവനയുടെയും മാതൃത്വത്തിന്റെയും തത്ത്വങ്ങൾക്ക് എതിരാണെന്ന് അറിയാമെങ്കിലും ആ സുഖം വേണ്ടെന്ന് വയ്ക്കാൻ ശീമോൻ തയ്യാറായില്ല.

രണ്ടില വന്നപ്പോഴുള്ള ആഹ്ലാദത്തിന് അതിരില്ല. പാലായിലായിരുന്നെങ്കിൽ ആജീവനാന്തം മാണിസാറിനേ വോട്ടു കൊടുക്കൂ! (തമിഴ്നാട്ടിലാണെങ്കിൽ ജയലളിതയ്ക്കും) രണ്ടില കിളിർക്കുമ്പോൾ ചെയ്യണ്ട ശുശ്രൂഷകളെക്കുറിച്ച് തീമത്ത്യോസങ്കിൾ പഠിപ്പിച്ചത് വേദവാക്യം പോലെ പാലിച്ചു. കള്ള മൂഷികന്റൂട്ട് മാളത്തീന്ന് ഇത്തിരി തലനീട്ടിയ മുത്തങ്ങാപ്പുല്ലുകളെ ചാണക്യനെപ്പോലെ കുത്തിയിരുന്ന് വേരോടെ പിഴുത്മാറ്റി ടാറിട്ട റോഡിലെറിഞ്ഞശേഷം കോഴിക്കാരവും ചാണകവും ഇട്ടു.

പതിനഞ്ചാം ദിവസം കുഞ്ഞുമോന്റെ ലൈലാൻഡ് പിക്കപ്പിന് 6

ലോഡ് ചാണകമിറക്കി. (6X1800 = 10800) പശുന് കാടി കൊടുക്കുമ്പോലെ ചരുവത്തിൽ വെള്ളമൊഴിച്ച് കൈയിട്ട് ഇളക്കി ദ്രാവകമാക്കി തുല്യമായി വീതിച്ചു. മിച്ചം വന്നത് ആദ്യ പ്രണയത്തിന് കൊടുത്തു. കൂടിപ്പോയാൽ കുഴപ്പമാവുമോന്ന് പേടിച്ച് ഉറക്കം വരാതെ വെളുപ്പാൻകാലം 2 മണിക്ക് അധികംവന്ന ചാണകം വാ കൊണ്ട് വലിച്ച് പുറത്തെടുത്തു. ചാണക വെള്ളത്തിന് മുകളിൽ മണ്ണിട്ട് ഒരു പാട സൃഷ്ടിച്ചിരുന്നതുകൊണ്ടാണ് ഇപ്രകാരം സ്ട്രായിട്ട് വലിക്കേണ്ടി വന്നത്.

പതിനഞ്ചാം ദിവസം ചാനലുവാരംനിന്ന ശീമക്കൊന്ന അറഞ്ചം പൊറഞ്ചം വെട്ടി കൊഴയാക്കി മൂട്ടുപ്പുഴുവിന്റെ ഗുളികേം ചേർത്ത് തട്ടി. വാഴയില വളർന്ന് നീണ്ട് പ്രേതത്തെക്കണ്ട് ആരെങ്കിലും നിലവിളിച്ചാൽ അത് വാഴയിലയായിരുന്നെന്ന് പറയാൻ പറ്റുമാറ് ആറടി വലിപ്പമായതി ത്തിന്റന്നു രാത്രിയാണ് ആ അത്ഭുതം സംഭവിച്ചത്.

ആദ്യം നട്ട വത്സല വാഴച്ചോട്ടിൽ പത്തിവിടർത്തി നിവർന്ന് തന്നോളം പോന്ന ഒരു കരിനാഗം! എക്സ്ക്ലൂസിവിറ്റി തകർക്കാൻ വന്നതാണെന്ന് കരുതി കത്തിയെടുത്തെങ്കിലും നാഗം വാഴയിലയുടെ നെറുകയിൽ ഉമ്മ വയ്ക്കുകയും മാണത്തിൽ ചുറ്റിപ്പിണയാതി രിക്കുകയും ചെയ്തതിന്റെ ഗുഡ് ടച്ച് Vs ബാഡ് ടച്ച് ഇക്വേഷൻ വിനിമയം ചെയ്ത് കിട്ടിയതിനാൽ നാഗം വെറുക്കപ്പെടേണ്ടവനല്ലെന്ന് മനസ്സിലാക്കി. ശീമോൻ കരിനാഗത്തിന്റെ വിടർന്ന പത്തിക്കു മുകളിൽ തന്റെ തുറന്ന കൈപ്പത്തി വിരിച്ചു. ഇളംചൂടും പതുപതുപ്പും.. നാക്കും നനവും.. ഹാ! അന്നു മുതൽ ശീമോൻ കരിനാഗത്തോടൊപ്പം വാഴപ്പണയിൽ കിടന്നുറങ്ങി. കറണ്ടില്ലാത്ത ദിവസങ്ങളിൽ രാവിലേം വൈകുന്നേരവും കിണറ്റീന്ന് വെള്ളം കോരി മുറ്റിയ കമുകിൻതടിയുടെ ഇരുവശവും വെട്ടിയ കൊതയിൽ പാളത്തൊട്ടി കെട്ടിയുണ്ടാക്കിയ "കാക്കോട്ട"യ്ക്ക് ചുമന്ന് 333 പേരേം നനച്ചു.

"ഏത്തവാഴേടെ മൂട്ടിൽ എത്തമിടണം"

എന്ന പഴമൊഴിയുമായി തിണ്ണയിൽ കുന്തിച്ചിരുന്ന തീമത്യോസിന്റെ മുമ്പിൽ ശീമോന്റെ തള്ള പുകവലിക്കാരുടെ ശ്വാസകോശം പോലുള്ള നെഞ്ചഴിച്ച് ബക്കറ്റിലിട്ടു.

"PSC ക്ക് പഠിച്ച് ഒരു പെണ്ണ് കെട്ടിയിരുന്നെങ്കിൽ ഈ പങ്കപ്പാട് വല്ലതും വേണാരുന്നോ.. എന്റെ മറിയമേ.. കർത്താവിന്റെ ബയോളജി ക്കൽ മാതാവേ.."

"പെമ്പിള്ളേരെ പുറകേ നടന്ന് പുള്ളകള് പുറപ്പെട്ട് പോണതിനേ ക്കാൾ നല്ലത് വാഴകൃഷി തന്നെ.. എന്റെ ജോസഫേ.. കർത്താവിന്റെ സോഷ്യോളജിക്കൽ പിതാവേ.."

തള്ള ബക്കറ്റീന്ന് പുറത്തെടുത്ത നെഞ്ച് കരിങ്കല്ലിൽ ഒട്ടിച്ച 501 ന്റെ കട്ടയിൽ രണ്ട് ഇടിയിടിച്ച് വീണ്ടും ബക്കറ്റിലിട്ട് പിഴിഞ്ഞ് അയയിൽ വിരിച്ച വാറേ തീമത്യോസ് എണീറ്റ് പടിഞ്ഞാറേ ചക്രവാളത്തിലേക്ക് നടന്നു.

ഒരീസം രാവിലെ നോക്കുമ്പം വാഴപ്പോളകൾ പിളർന്ന് 30 ഡിഗ്രി തടേന്ന് മാറി നില്ക്കണെ കണ്ട് ശീമോന്റെ ഉള്ള് പിടച്ചു. രണ്ട് വഷള ത്തരവും തെറിയും പറയാൻ നാക്ക് പിരുപിരാ വന്നു. ഷേക്സ്പിയർ പറഞ്ഞാ കൈയടിക്കും താൻ പറഞ്ഞാ പൊളിറ്റിക്കൽ കറക്റ്റ്നസ്സിന്റെ പേരിൽ നാട്ടുകാര് പൊങ്കാലയിടും എന്നുള്ളതുകൊണ്ട്

"എന്നെക്കൊണ്ടൊന്നും പറയിപ്പിക്കണ്ട" എന്ന് മാത്രം പറഞ്ഞ് തീമ ത്യോസങ്കിളിനെ വിളിച്ചു. ഈ പ്രായത്തിൽ ഇങ്ങനെ ഉണ്ടാവുന്നതാ ണെന്നും ഓല എലക്കോ വാഴനാരോ കൊണ്ട് തടയോട് ചേർത്ത് കെട്ടി വക്കേണ്ടതാണെന്നും അറിഞ്ഞു. അപ്രകാരം ചെയ്തിട്ടാണ് അന്ന് ഉറ ങ്ങിയത്.

6 മാസം കഴിഞ്ഞു. നിർമ്മലമായ സീതത്തിൽ കെളച്ച് കെളച്ച് ശീമോൻ ബലരാമനായി. കറുത്ത കലപ്പ കൊണ്ട് കാളിന്ദിയെ കൈവഴി യിലൂടെ നടത്താൻ പാകത്തിന് നെഞ്ച് വിരിഞ്ഞു. പത്താം മാസം വിള വെടുക്കുമ്പോൾ രണ്ട് ലക്ഷം രൂപയെങ്കിലും വില്ക്കുമെന്ന് തീമ ത്യോസങ്കിൾ ഉറപ്പിച്ചതിന്റെ ധൈര്യത്തിൽ പലിശക്കാരന്റെന്ന് ഒരുലക്ഷം കടം വാങ്ങി എല്ലുപൊടി, കടലപ്പിണ്ണാക്ക്, അമോണിയ, യൂറിയ. ചാണ കപ്പൊടി ഇത്യാദി യഥേഷ്ടം തട്ടി. പത്തുമാസത്തെ പണിക്കൂലി ഒരു ലക്ഷം ഒന്നിച്ചുകിട്ടുമ്പോൾ ഒരു ഏലാ പാട്ടത്തിനെടുത്താലോന്ന് കിട ക്കാൻ നേരം കരിനാഗത്തോട് വിരൽ ചൂണ്ടി. കരിനാഗം ക്ലായായി. നടുവിരൽ അകിടാക്കി!

മാസം ഒൻപത് കഴിഞ്ഞു. അമ്പിളിമാമനെപ്പോലെ തുടുപ്പും നിറ വുമായി കുലകൾ വിരാജിക്കുന്ന കണ്ട് കച്ചവടക്കാർ അഡ്വാൻസ് ബുക്കിങ് ചെയ്തു. കായ പരുക്കാൻ ഇനി രണ്ടാഴ്ചയേ വേണ്ടൂ. അയൽ വാസികൾ അസൂയപ്പെട്ടു. വായനക്കാർ വിഷമിക്കണ്ട. ഇച്ചിരിക്കൂടേ ഉള്ളൂ. ഓടിച്ചിട്ട് തീർക്കാം.

അന്നൊരു വെള്ളിയാഴ്ചയായിരുന്നു. പിശാചുക്കൾക്ക് ദൈവം കുടപിടിച്ച് കൊടുത്തു. മുക്കുവരെ കടലെടുത്തു. ഓഖി ഓങ്ങിയടിച്ചു. 330 വാഴയും കടപുഴകി. മൂന്നെണ്ണം മാത്രം ഒരുമാതിരി ഊരുട്ടമ്പലം പരിപാടി കാണിച്ച് ചരിയാതെ നിന്നു. ശീമോൻ കരിങ്കാലികളെ ഒറ്റ വെട്ടിന് നിലത്തിട്ടു.

ധനമന്ത്രി 2 ലക്ഷം കോടിയുടെ സഹായം പ്രഖ്യാപിച്ചു. അനുയാ യികൾ കൈയടിച്ചു. ടി കോടി രാജ്യത്തെ മൊത്തം വാഴയുമായി ഭാഗിച്ചു കിട്ടിയ വാഴയൊന്നിന് 15 രൂപാ വച്ച് (330 X 15 = 4950) കൈപ്പറ്റാൻ റേഷൻകാർഡ്, കരം തീർത്ത രസീത്, തണ്ടപ്പേര്, ചന്തീം പൊക്കിക്കി ടക്കുന്ന വാഴേടടുത്ത് ചിരിച്ച് നില്ക്കുന്ന ശീമോന്റെ ഫോട്ടോ ഇത്യാദി സമാഹരിക്കാൻ മെമ്പർ ചാന്ദിനി ചാടിച്ചാടി വന്നു. ശീമോൻ മുണ്ട് പൊക്കിക്കാണിച്ചു.

നേരം ഇരുട്ടി. ശീമോൻ രണ്ട് വാഴക്കുഴികൾ അടുപ്പിച്ചിട്ടു. 3 അടിക്കു

പകരം 6 അടി നീളം, 6 അടി താഴ്ച. കരിനാഗത്തെ കെട്ടിപ്പിടിച്ച് കിടക്കണമെന്നുള്ളതുകൊണ്ട് വീതി കൂട്ടിയില്ല. ബാക്കിവന്ന മൂട്ടുപ്പുഴുവിന്റെ ഗുളിക കളയാതെ വച്ചത് മെച്ചവും ഡെഫിസിറ്റ് ബഡ്ജറ്റിങ്ങിന് ഗുണകരവുമായി.

പിറ്റേന്ന് വെളുപ്പിന് തള്ള വാഴത്തോപ്പിൽ കിടന്ന്

"വാഴവച്ച നാഗമേ.. ഉയിരേ എടുത്തിട്ടാങ്കളാ.."

എന്ന് മടമടാ കാറി.

"എന്നാൾ ഉയിർ".. "നിന്നാൾ മയിർ" എന്ന് ഗ്വാഗ്വാവിളിക്കുന്ന തിരക്കിൽ കിളവീടെ കാറൽ ഒരുത്തനും കേട്ടില്ല.

ഇണയില്ലാപ്പൊട്ടൻ

തോട്ടിപ്പണിക്കാരൻ കോവിന്ദന്റെ മാൻഹോളിനു ചുറ്റും കൂട്ടുകാർ ഒത്തുകൂടുന്നത് പതിവായിട്ടുണ്ട്. ശശിയും സതീശനും അനിലും മനുവും. വീട്ടിലിരുന്നുകളഞ്ഞാൽ ടി വി സീരിയൽ, പരാതി, പരിഭവം, ദുർമുഖം, ആവശ്യങ്ങൾ, കടക്കാർ; ബാറിൽ പോകാമെന്നു വച്ചാൽ സിഗററ്റിന്റെ പുകയും കർണ്ണകഠോരമായ പാട്ടുകളും പോരാത്തതിന് ഏമാന്റെ വക ഊത്തും; അമ്പലത്തിൽ പോവുകയാണെങ്കിൽ ചെരിപ്പൂരണം, ഉടുപ്പൂരണം, പിരിവ്, സംഭാവന, ദക്ഷിണ, പതിനാല് സെക്കന്റ് നോക്കിയെന്നും മറ്റുമുള്ള പരാതികൾ.. തമ്മിൽ ഭേദം മാൻഹോളിലെ നാറ്റമാണെന്ന് അവർ കണ്ടുപിടിച്ചു കളഞ്ഞു.

നാൽവരും സ്വഭവനങ്ങളിൽ വിവാഹിതരും "ബ്രഹ്മചാരി" കളുമത്രേ!

തേൻ, മാംസം, ഗന്ധം, പുഷ്പം, ചെത്തിപ്പൂ, സ്ത്രീകൾ, തൈര്, പാൽ, നെയ്യ്, മോര്, ജീവഹിംസ, എണ്ണതേച്ചുകുളി, കണ്ണിലഞ്ജനമെഴുത്ത്, ചെരിപ്പ്, കുട, കാമം, ക്രോധം, ലോഭം, നർത്തനം, ഗീതം, ചൂതുകളി, ദൂഷ്യംപറച്ചിൽ, പരിഹാസം, അസത്യം, ദ്രോഹപ്രവൃത്തി എന്നിവ ഉപേക്ഷിച്ചാണ് അവർ ഗൃഹസ്ഥാശ്രമത്തിൽ കഴിയുന്നത്. മാത്രവുമല്ല സ്വപ്നത്തിൽ ഇന്ദ്രിയസ്ഖലനമുണ്ടായാൽ പ്രഭാതത്തിൽ സ്നാനം ചെയ്ത് സൂര്യനെ നമസ്കരിച്ച് "പുനഃ" എന്ന മന്ത്രം മൂന്നുപ്രാവശ്യം ജപിക്കാറുമുണ്ട്. മേൽപ്രസ്താവിച്ച വാക്യത്തിലെ "സൈമുൾട്ടേനിയസ് എക്സിസ്റ്റൻസ് ഓഫ് കോൺട്രഡിക്ഷൻസ്" മനസ്സിലാകാത്തവർക്കു വേണ്ടിയാണ് ഇത്രയും വിവരിച്ചത്.

ഓഫീസിലും അവർ ബ്രഹ്മചാരികളാണ്. ശരീരം, വാക്ക്, ബുദ്ധി, പഞ്ചേന്ദ്രിയം, മനസ്സ് ഇവയെ അടക്കി അഞ്ജലീബദ്ധം ചെയ്തു

കൊണ്ടാണ് മേലാപ്പീസറുടെ മുമ്പിൽ നില്ക്കുന്നത്. ആപ്പീസർ വിളിക്കുമ്പോൾ കിടന്നും, ഇരുന്നും, ഉണ്ടും, നടന്നും പരാങ്മുഖനായും വിളി കേൾക്കാറില്ല. മറുത്ത് ഉത്തരം പറയാറുമില്ല. ആപ്പീസർ ഇരുന്നു കൊണ്ട് എന്തെങ്കിലും പറയുമ്പോൾ ഇരുന്നുകൊണ്ടും ആപ്പീസർ നില്ക്കുമ്പോൾ സമീപത്ത് നിന്നുകൊണ്ടും ആപ്പീസർ നടക്കുമ്പോൾ പുറകേ ഓടിനടന്നുകൊണ്ടും ആപ്പീസർ കിടക്കുമ്പോൾ ശരീരത്തെ വണക്കിക്കൊണ്ടുമാണ് ആജ്ഞയെ കേൾക്കുകയും മറുപടി പറയുകയും ചെയ്യുന്നത്. ആപ്പീസറിന്റെ പത്നിക്ക് എണ്ണതേക്കുക, അവരെ സ്നാനം ചെയ്യിക്കുക, ദേഹംതിരുമ്മുക, തലചീകുക എന്നീ ക്രീയകളും ചെയ്യാറില്ല. മാത്രവുമല്ല ഈ മനോഹരമായ ആചാരങ്ങൾ കീഴുദ്യോഗസ്ഥരെക്കൊണ്ട് മുറതെറ്റാതെ ചെയ്യിക്കാറുമുണ്ട്.

മാൻഹോളിലെ ബഹുസ്വരതയാർന്ന ഗന്ധം ഗന്ധിക്കുമ്പോൾ അവരിലെ ആന്തരിക ചോദന സടകുടഞ്ഞെഴുന്നേല്ക്കുകയും ആത്മനൊമ്പരങ്ങളുടെ കെട്ടുകൾ അഴിഞ്ഞു വീഴുകയും ചെയ്യും.

അനിലും ശശിയും "മോണോഗമിസ്റ്റു"കളാണ്. ഏകപത്നീവ്രതക്കാർ എന്നു സംസ്കൃതം.. ഗോവയിലും തായ്‌ലണ്ടിലും വച്ച് ഇരുവരും ഉഴിച്ചിലുകാരിപ്പെണ്ണുങ്ങളെക്കണ്ട് ഓടിത്തള്ളിക്കളയുകയും ഒരു കുപ്പി "ടക്വീല" ഒറ്റയിറുക്കിനു മോന്തി ബോധംകെട്ടു കിടക്കുകയും അബോധത്തിൽ സ്വപത്നിമാരുടെ നാമം ആമന്ത്രണം ചെയ്യുകയും ഉണ്ടായത് കൂട്ടുകാർ അവജ്ഞയോടെ ഓർക്കുന്നു.

ഏകപത്നീവ്രതത്തിലെ നായികമാരായ തങ്ങളുടെ പ്രാണപ്രേയസ്സികൾക്ക് ഈയിടെ, ഈ മുപ്പത്തഞ്ചാം വയസ്സിൽ ഒരിതുമില്ലെന്ന രഹസ്യം ഇരുവരും ഒരേ സമയം പുറത്തുവിട്ടു. കാപ്പിപ്പൊടിയച്ചൻ പറഞ്ഞതുപോലെ സമയം നോക്കാത്ത പെണ്ണുങ്ങളെത്തേടി നൂറ്റമ്പത് രൂപയുമായി പോകുമെന്ന് വിരട്ടിയതിൽപ്പിന്നെ മൂന്നു മാസത്തിലൊരിക്കൽ ശവാസനത്തിൽ കിടക്കാറുള്ളതും ആ സമർപ്പണത്തിന്റെ ആത്മനൊമ്പരങ്ങൾ നിന്ദയോടെ കൂട്ടുകാരികളോട് പങ്കുവച്ച കാര്യം നാട്ടിൽ പാട്ടായതും അവർ ഉണർത്തിച്ചു. മനുവും സതീശനും ആയതിന് അധോവായുകൊണ്ട് പ്രതികരിക്കുകയും ഇതിലൊരാൾ ഷെയർ ഇടാതെ "ജോളി റോജർ" താറാമുട്ടയും കൂട്ടി ഒറ്റയ്ക്ക് അടിച്ച കാര്യം "പൊല്യൂഷൻ കൺട്രോൾ ബോർഡിൽ" ജോലിയുള്ള അനിൽ കണ്ടുപിടിക്കുകയും ഉണ്ടായി. തുടർന്നുണ്ടായ കശപിശയും കയ്യാങ്കളിയും പെട്ടെന്ന വസാനിപ്പിച്ച് അവർ ചർച്ചയുടെ കാതലിലേക്ക് മടങ്ങിവന്നു.

സതീശൻ ജന്മനാ "പോളിഗമിസ്റ്റും" കാസനോവയുമത്രേ! അഞ്ചടി പൊക്കവും മുച്ചുണ്ടും കോങ്കണ്ണും വായ്നാറ്റവും ചട്ടുകാലുംകൊണ്ട് ദൈവം അയാളെ കാസനോവയാക്കി. സുന്ദരിയും സുകുമാരിയും സുഭഗാംഗിയുമായ രാധാമണിസുപ്രണ്ടിന്റെ മുറിയിൽ ഫയലുമായിച്ചെന്ന് ഒരു മണിക്കൂർ ഇരുന്നാലും അവരുടെ കാറിൽക്കയറി വീട്ടിൽപ്പോയി അടുക്കളയിലെ ടാപ്പ് നന്നാക്കിക്കൊടുത്താലും വാഷിങ് മെഷീനിൽനിന്നും

തുണിയെടുത്ത് ടെറസ്സിൽ കൊണ്ട് വിരിച്ചാലും അപ്പുറത്തെ പെട്ടിക്കട യീന്ന് ശർക്കര വാങ്ങിക്കൊണ്ടുവന്ന് ഉണ്ണിയപ്പവും വത്സനും ഉണ്ടാക്കാൻ സഹായിച്ചാലും സഹപ്രവർത്തകരോ ഭർത്താവോ നാട്ടുകാരോ സംശ യിക്കുകയില്ല. സൂപ്രണ്ടിന്റെ എം എസ് സിക്ക് പഠിക്കുന്ന സിസിലി മോൾക്ക് തവളയെ പിടിച്ചു കൊണ്ടുപോയി കാലിൽ ആണിയടിച്ച് കീറാൻ സഹായിക്കുമ്പോഴും സുധാമണി കൊച്ചമ്മയുടെ വീട്ടിൽ വെളുപ്പിന് നാലു മണിക്ക് കറവക്കാരന് പകരക്കാരനായി പോയാലും ഒറ്റയ്ക്കൊരു ഫ്ളാറ്റിൽ താമസിക്കുന്ന ഫെമിനിസ്റ്റും നിത്യഹരിത "സ്പിൻസ്റ്ററു"മായ എലിസബത്ത് ക്ലിറ്ററോ ഗ്രിഗോറിക്ക് പെരുച്ചാഴി കടിച്ചമുറിവ് കഴുകാൻ രാത്രി പതിനൊന്നു മണിക്ക് ഡെറ്റോൾ വാങ്ങിക്കൊടുത്താലും ഇതുതന്നെ അവസ്ഥ! മാത്രവുമല്ല ഏത് ഐശ്വര്യാ റായിയേയും വിദ്യാ ബാലനേയും കണ്ടാലും ഒന്നു പറഞ്ഞ് രണ്ടിന് "കളി തരുമോ?" ന്ന് ചോദിച്ചു കളയും .തലമുടി ചീകാതെ അലസനായിട്ട് കൂതറ ഉടുപ്പുമിട്ട് മൊണ്ടിമൊണ്ടി വന്ന് ചോദിച്ച കാരണം "ഇംപ്രസ് ചെയ്യാൻ" ശ്രമിക്കാത്ത, കോഴിയല്ലാത്തവനാണല്ലോ ഇവൻ എന്നതിൽ ഇംപ്രസ്ഡ് ആയി 60% പാവങ്ങളും വീഴും! ബാക്കി 40% "ദുഷ്ടകൾ" ഒരു പാവം വിരൂപാക്ഷൻ തമാശ പറഞ്ഞതാണെന്ന് കരുതി ചന്തീല് അടീം കൊടുത്ത് ചിരിച്ചോണ്ട് പോകും! സതീശന്റെ കുണ്ടീല് വരച്ചത് നമ്മുടെ തലയിൽ വരച്ചാൽ മതിയായിരുന്നു.

സുന്ദരനും ലോലനും മൃദുഭാഷിയും ചങ്ങമ്പുഴയുടെ ആരാധകനു മായ മനു പോളിഗമി പഠിക്കാനുള്ള മോഹവുമായി പുലിയുടെ മടയ്ക്ക് ചുറ്റും മൂന്നുതവണ വലംവച്ചെങ്കിലും പുരോഗതിയുണ്ടായില്ല. ആയിടയ് ക്കാണ് മൊബൈൽ വിപ്ലവം വരികയും മിസ്സ്ഡ്കാളിലൂടെ കിട്ടിയ അജ്ഞാതസുന്ദരി ഓഫീസിലെ അക്കൗണ്ട് സെക്ഷനിലിരിക്കുന്ന ചന്ദ്രികയാണെന്ന് മനസ്സിലാവുകയും ചെയ്തത്. ദുർമേദസ്സിന്റെ അഭാ വത്താൽ മലയാളിയല്ലെന്ന് തോന്നിച്ച ചന്ദ്രിക നൃത്താദ്ധ്യാപികയും യോഗാടീച്ചറും കൂടിയാണെന്ന സത്യം മനു ഞെട്ടലോടെയും ഉൾപ്പുള കത്തോടെയും മനസ്സിലാക്കി. വാത്സ്യായനന്റെ അറുപത്തിനാല് പദ്ധ തികളിൽ ഒന്നുപോലും പരീക്ഷിക്കാൻ ഭാഗ്യമുണ്ടാവാത്ത മനു, ചന്ദ്രിക പകർന്ന നിലാവെളിച്ചത്തിൽ കാമപ്രാർത്ഥിയാവുകയും യോഗക്ലാസിലും ജിംനേഷ്യത്തിലും ചേരുകയും ഉണ്ടായി.

മനുവും ചന്ദ്രികയും എസ് എം എസ് അയച്ചു കളിച്ചു. അമ്പലപ്പുഴ പാൽപ്പായസത്തിന്റെ ഐതിഹ്യം അനുസ്മരിപ്പിക്കുമാറ് എസ് എം എസ് കളുടെ എണ്ണം ഒരു കളത്തിൽ നിന്ന് മറ്റേ കളത്തിൽ എത്തുമ്പോൾ ഇരട്ടി നെൽമണികൾ വയ്ക്കേണ്ടതുപോലെ ദിനംപ്രതി ഇരട്ടിച്ചു കൊണ്ടിരുന്നു. നിലവിൽ സൂക്ഷ്മം എട്ടുലക്ഷത്തി മുപ്പത്തയ്യായിരത്തി മുന്നൂറ്റി മുപ്പത്തഞ്ച് എണ്ണം അയച്ചു കഴിഞ്ഞു. രണ്ട് എസ് എം എസ്സി നിടയ്ക്കുള്ള ദൈർഘ്യം പതിനഞ്ച് മിനിട്ടിൽ കൂടുതലായാൽ മേപ്പടി സമയം എങ്ങനെ വിനിയോഗിച്ചു എന്നതിന്റെ ബാലൻസ് ഷീറ്റ്

സമർപ്പിക്കേണ്ടതും മറിച്ചും തിരിച്ചുമുള്ള നിരവധി ടെസ്റ്റ് പേപ്പറുകൾക്ക് വിധേയമാവുകയും ചെയ്യേണ്ടതാണ്. എന്നിട്ടും മനു മന:പ്പായസമുണ്ണുന്ന തല്ലാതെ കാര്യമൊന്നും നടക്കുന്നില്ല. കൂട്ടിലെ തത്തയെക്കൊണ്ട് കാർഡെടുപ്പിക്കുന്ന മന:ശാസ്ത്രവിശാരദൻ ഫ്രാൻസിസ് ഇടിക്കുളയോട് ചോദിച്ചപ്പോൾ പതിനൊന്നു ലക്ഷത്തി പതിനൊന്നായിരത്തി ഒരുനൂറ്റി പതിനൊന്ന് എന്ന മാന്ത്രികസംഖ്യയെത്തുമ്പോൾ സ്ഫോടനാത്മകമായ ചിലത് സംഭവിക്കുമെന്ന് അരുളി ചെയ്തതിൻ പ്രകാരം പ്രതീക്ഷാ നിർഭരനായി തുടരുന്നു.

കോവിന്ദൻ മോണോഗമിസ്റ്റാണോ അതോ പോളിഗമിസ്റ്റോ? നാൽവരും ഐക്യകണ്ഠേന ചോദിച്ചു.

“ഞാൻ തത്വത്തിൽ പോളിഗമിസ്റ്റാണ്. അമീബയല്ലാതെ ഏതു ജീവിയാണ് മോണോഗമിസ്റ്റായിട്ടുള്ളത്?”

കോവിന്ദൻ നരച്ചചിരി ചിരിച്ചു.

“എന്നാൽ പ്രയോഗത്തിൻ ഞാനൊരു നോനോഗമിസ്റ്റാകുന്നു.. അഥവാ ഇണയില്ലാപ്പൊട്ടൻ!”

യോഗം പിരിച്ചുവിട്ടു. മനു തന്റെ സന്തത സഹചാരിയായ ബാക്ക് പായ്ക്ക് എടുത്ത് തോളിലിട്ട് ബുള്ളറ്റ് സ്റ്റാർട്ട് ചെയ്തു.

“കക്കൂസിൽ വയ്ക്കുന്ന ടിഷ്യൂ പേപ്പർ കോവിന്ദനെന്തിനാണ് മാൻ ഹോളിനരികിൽ കൊണ്ടുവച്ചിരിക്കുന്നത്?”

ബാക്ക് പായ്ക്ക് വേതാളരൂപിയായി വിക്രമാദിത്യമനുവിനോട് ചോദിച്ചു.

“ചോദ്യം അറിഞ്ഞു ഉത്തരത്തിലാക്കാൻ കഴിവുണ്ടായിരുന്നെങ്കിൽ എന്നേ രക്ഷപ്പെട്ടേനേ” എന്ന് ആത്മഗതം ചെയ്ത് മനു ടോപ്പ്ഗിയറിലേക്ക് കടന്നു. അടുത്ത എസ് എം എസ്സിനുള്ള സമയം അതിക്രമിച്ചിരിക്കുന്നു.

ദീപസ്തംഭം മഹാശ്ചര്യം

ഒരു ജൂൺ പത്തൊമ്പതിൽ നടന്ന ലളിതവും പഞ്ഞം പിടിച്ചതുമായ സാംസ്കാരിക സമ്മേളനത്തിന്റെ വേദിയിൽ 70 വയസ്സ് പിന്നിട്ട, കാണാൻ ചന്തമില്ലാത്ത, അതിപ്രശസ്തനായ എഴുത്തുകാരൻ, ഇച്ചിരി ചന്തവും ഇച്ചിരിപ്പോരം പ്രശസ്തിയുമുള്ള 40 കഴിഞ്ഞ എഴുത്തുകാരി പിന്നെ തീരെ പ്രശസ്തിയില്ലാത്തവനും മുടിഞ്ഞ ഗ്ലാമറുള്ളവനുമായ ഞാനും!

സദസ്സിൽ 40–50 ഹോമോസാപ്പിയൻസ്. സ്ത്രീകൾ പതിനഞ്ചോളം വരും. പ്രശസ്തൻ രണ്ടര മണിക്കൂർ സംസാരിച്ചു. (അതിപ്രശസ്തന് അധികപ്രസംഗം ആവാം!)

“ഒന്നാം ക്ലാസിൽ പഠിച്ചപ്പോൾ ഞാൻ ഒരു കവിതയെഴുതി അടി കിട്ടുമോന്ന് ഭയന്ന് തങ്കപ്പൻ സാറിനെ കാണിച്ചു. സാറ് പറഞ്ഞു എഴുതിയില്ലായിരുന്നെങ്കിൽ ഞാനടിച്ചേനേ”

“രണ്ടാം ക്ലാസിൽ പഠിച്ചപ്പോൾ രണ്ട് കവിതകളെഴുതി അടിക്കു മോന്ന് പേടിച്ച് തങ്കമണി, മനോമണി എന്നീ ടീച്ചർമാരെ കാണിച്ചു. എഴുതിയില്ലായിരുന്നെങ്കിൽ അടിച്ചേനേ എന്ന് ഇരുവരും പറഞ്ഞു.”

.....

.....

“പത്താം ക്ലാസ്സിൽ പഠിച്ചപ്പോൾ പത്ത് കവിതകളെഴുതി അടിക്കു മോന്ന് പേടിച്ച് 10 ടീച്ചർമാരെ കാണിച്ചു (ഓരോരുത്തരുടേം പേരും പറ ഞ്ഞാർന്നു!) പത്തുപേരും ചൂരൽക്കമ്പു തന്നിട്ട് നീ ഞങ്ങളെ അടിക്കെ ടാന്ന് പറഞ്ഞു. അതോടെ കവിത നിർത്തി നോവലിലേക്ക് തിരിഞ്ഞു.”

എന്ന മട്ടിൽ 70 വയസ്സുവരെയുള്ള സംഭവങ്ങൾ വിവരിച്ചതിനാലാണ് രണ്ടര മണിക്കൂർ എടുത്തത്. പതിഞ്ഞ ശബ്ദത്തിൽ അറുബോറൻ ശൈലിയിൽ ഉദീരണം ചെയ്തു കൊണ്ടേയിരുന്നതിനാൽ കാണികൾ

ഉറങ്ങുകയും ചിലർ കൂർക്കം വലിക്കുകയും ചെയ്തു. മൂപ്പിലാന് കണ്ണും പറട്ടയും കണ്ടൂടെങ്കിലും സദസ്സിന് അഭിമുഖമായിരുന്ന എനിക്ക് കാണികളെ വ്യക്തമായി കാണാം.

അതു കഴിഞ്ഞ് 20 മിനിട്ട് നാൽപ്പതുകാരി അച്ചടിഭാഷയിൽ സംസാരിച്ചു. ക്രിസ്റ്റഫർ മാർലോ, ഉമ്പർട്ടോ എക്കോ, കേണൽ അറിലിയാനോ ബുവേന്തിയ, നിരണത്ത് രാമപ്പൊതുവാൾ എന്നീ പേരുകൾ എടുത്ത് അവർ അമ്മാനമാടി.

അഞ്ച് മിനിറ്റ് സമയം നമുക്കും കിട്ടി. പാടുപെട്ട് ഒരാഴ്ച ഹോംവർക്ക് ചെയ്ത് കൊണ്ടുവന്ന 30 മിനിട്ടുള്ള തമാശക്കഥ ട്രിംചെയ്ത് അഞ്ചു മിനിട്ടാക്കി കാച്ചി. ഉറങ്ങിയിരുന്നവർ ഞെട്ടിയുണരുകയും പൊട്ടിച്ചിരിക്കുകയും ചെയ്തു.

ഞാൻ കഥ പറയുമ്പോഴെല്ലാം സദസ്സിൽനിന്നും ഒരു സുന്ദരിയായ ചെറുപ്പക്കാരി എന്നെത്തന്നെ ഇമചിമ്മാതെ നോക്കുന്നുണ്ടായിരുന്നു. നിന്റെ വാക്കുകൾ കേൾക്കാനല്ലെങ്കിൽ എനിക്കെന്തിനീ കാതുകൾ എന്ന് അവളുടെ കണ്ണുകൾ എന്നോട് പറയുന്ന പോലെ!

പൊതുവേ തണുപ്പനായ എനിക്ക് ഇത്ര ചുറുചുറുക്കോടെ സംസാരിക്കാൻ കഴിഞ്ഞത് സുന്ദരി വിനിമയം ചെയ്ത ആരാധന മൂലമായിരുന്നു. Self fullfilling Prophecy എന്ന Thomas Dictum നടപ്പിലാവുന്നത് അപരനായി നിന്ന് ഞാൻ കൗതുകത്തോടെ കണ്ടു.

സമ്മേളനം പിരിച്ചുവിട്ടതായി അറിയിച്ചപാടേ നാട്ടുകാർ മനസ്സിൽ പള്ളുവിളിച്ചുകൊണ്ട് ഓടിത്തള്ളി.

സുന്ദരി മാത്രം പോയില്ല! അവളുടെ കണ്ണുകൾ എന്നെത്തിരയുന്ന പോലെ. അതെ! എന്നെത്തന്നെയാണ്.

അപ്സരസുന്ദരി അന്നനടയായി അടുത്തെത്തി കാതരയായി കാതിൽ ഇപ്രകാരം ആമന്ത്രണം ചെയ്തു.

“സാറിന്റെ കൂടെ ഒരു ഫോട്ടോ എടുക്കാൻ പറ്റുമോ?”

ഞാൻ ഋതംഗപുളകിതനായി ! എന്നെ സാറെന്നൊന്നും വിളിക്കണ്ട സുധീഷ് എന്നു വിളിച്ചാൽ മതി, സ്നേഹമുള്ളവർ സുധീന്നും വിളിക്കും എന്ന് മനസ്സിൽ പറഞ്ഞിട്ട്;

“പറ്റുമല്ലോ”

എന്ന് അറിയിച്ചു.

“സാറിനോട് നിങ്ങൾ തന്നെ ഒന്നു ചോദിക്കുമോ? എനിക്ക് പേടിയാ”

“കന്യമാർക്കു നവാനുരാഗങ്ങൾ കമ്രശോണ സ്ഫടികവളകൾ” എന്ന് കവി പാടിയിട്ടുണ്ടല്ലോ! നിലത്തു വീണുടഞ്ഞ കിനാക്കഷണങ്ങൾ അവളു കാണാതെ കാലുകൊണ്ട് പുറകിലേക്ക് തള്ളിമാറ്റിയിട്ട്

മുട്ടുവേദന കാരണം വേച്ചുവേച്ചു നടന്ന പ്രശസ്തനോട് കിളിപോയ ഞാൻ

“ഈ സുന്ദരിക്ക് സാറിന്റെ കൂടെ നിക്കണ ഫോട്ടോ എടുക്കാമോന്ന് ചോദിക്കുന്നു.”

എന്ന് പ്രാകി.

"അതിനെന്താ.. വരൂ.. എടുക്കൂ"

ലങ്ങേരെ മുട്ടുവേദനയൊക്കെ പമ്പകടന്നു.

സുന്ദരി മൊബൈൽ ഫോൺ എന്റെൽ തന്ന് ഒരു "വട്ടം" കാണിച്ചിട്ട് ഇപ്രകാരം പറഞ്ഞു.

"ഇവിടെ ഞെക്കിയാൽ മതി."

“ആത്മാവിൽ ദരിദ്രരായവർ ഭാഗ്യവാന്മാർ സ്വർഗ്ഗരാജ്യം അവർക്കുള്ളതാകുന്നു”

പൗരത്വ രജിസ്റ്ററിൽ പേരുചേർക്കാൻ ചോദ്യപ്പേപ്പറും ക്ലിപ്പുമായെത്തിയ പള്ളീക്കള്ളികളായ ടീച്ചർമാർ വീടും കുടിയും കയറിയിറങ്ങുന്നതിന് എത്രയോ മുമ്പ് മേപ്പടി മടിച്ചികൾക്ക് കേറാനും ഇറങ്ങാനും പാകത്തിന് വീടോ കുടിയോ ഇല്ലാതിരുന്ന യുവതി ഈറവെട്ടാൻ കാട്ടിൽ പോവുകയും മുളന്തണ്ടിൽ വാ തുറന്നിരുന്ന പച്ചിലപ്പാമ്പിനെക്കണ്ട് തല ചുറ്റി വീഴുകയും ഉണ്ടായി.

എട്ടടിമൂർഖൻ, ചുരുട്ടഅണലി, ശംഖുവരയൻ, പെരുമ്പാമ്പ്, രാജവെമ്പാല, അനാക്കോണ്ട എന്നീ പാമ്പുകളെ വകഞ്ഞ് മാറ്റി ഘോരവനത്തിൽ വെരവിനടക്കുന്ന വീടും പേരുമില്ലാത്ത പെണ്ണ് പച്ചിലപ്പാമ്പിനെക്കണ്ട് പേടിച്ച് ബോധം കെട്ടതെങ്ങനെയെന്ന് സംശയിച്ച് മൂക്കത്ത് വിരൽ വച്ചവരുണ്ടാവാം.

ചുടലമാടൻ, കാട്ടുമാക്കാൻ, വെട്ടുപോത്ത്, കരിമ്പൂതം എന്നീ വിഭാഗത്തിൽപ്പെട്ട പാട്രിയാക്കിയൽ പുരുഷന്മാരെക്കൊണ്ട് ക്ഷ, ണ്ണ (ഇനീം ഒണ്ട്.. പറയാൻ കൊള്ളത്തില്ല) എന്നിങ്ങനെ എഴുതിക്കുന്ന ഝാൻസി റാണിമാർ പാറ്റയെക്കണ്ട് പേടിക്കുന്നതും ഇളിതേമ്പി ഓഞ്ഞ നരുന്ത് കെട്ടിയവന്മാർക്ക് ശമ്പളവും എ ടി എം കാർഡും അടിയറവച്ചിട്ട് അടിപ്പാവാട വാങ്ങാൻ 50 രൂപയ്ക്കും അല്ലിക്ക് ആഭരണം വാങ്ങാൻ കൂട്ടുപോകാൻ അനുവാദത്തിനും എരക്കുന്നതും കണ്ടിട്ടുള്ളവർക്ക് ടി സംശയം ഉണ്ടാകാനിടയില്ല. ബാക്കിയുള്ളവരെ പൂവാമ്പറ.. അവരുടെ വിരല് മൂക്കിൽത്തന്നെയിരിക്കട്ടെ!

തലചുറ്റി എത്രയോ നേരംകിടന്ന അവളുടെ തുറന്നവായിലൂടെ കയറിയ ഏതോ സൂക്ഷ്മാണു വയറ്റിൽ താമസമാക്കുകയും ടി അണു, പൊക്കിൾക്കൊടിയിലൂടെ, ബോധക്കേടിനും ഉണർച്ചയ്ക്കും ഇടയിൽ

സംഭവിച്ച ദുരൂഹതയിൽ പിറന്ന മകൻ അപ്പുവിന്റെ ചെറുകുടലിലെത്തുകയും തദ്വാരാ അപ്പു പട്ടിണികിടന്നാലും പൊണ്ണത്തടിയുള്ളവനായി മാറുകയും ഉണ്ടായി. നവദ്വാരങ്ങളും (അതോ പത്തോ?) തുറന്ന നിലയിൽ ബോധരഹിതയായി കാണപ്പെട്ട യുവതിയെ നാട്ടുകാർ ആസ്പത്രിയിലെത്തിക്കുകയും അവൾ പത്താംമാസം മേൽ പ്രസ്താവിച്ച അപ്പുവിനെ പ്രസവിക്കുകയുമായിരുന്നു.

പുറമ്പോക്കിലെ പൈപ്പിനുള്ളിൽ തൊട്ടിലുണ്ടാക്കി യുവതി അപ്പൂനെ പത്ത് വർഷം വളർത്തി. Kyphosis എന്ന രോഗം വന്ന് മുതുക് കൂനിപ്പോയ യുവതിയെ അപ്പു ശിഷ്ടകാലം അതേ തൊട്ടിലിൽത്തന്നെ വളർത്തി. (Tit for tat)!

അപ്പൂന് 11 വയസ്സും 11 മാസവും ഉള്ളപ്പോൾ അതുവഴി കടന്നു പോയ ബഹിരാകാശനിലയത്തെ ഉറക്കമൊഴിച്ചിരുന്ന് കാണുകയും അതിന്റെ ചിറകിൽ ലോകം ചുറ്റാൻ വന്ന ഗ്രീക്ക്ദേവത ഹെഫാസ്റ്റസ് (Hephaestus) അപ്പൂനെ അനുഗ്രഹിക്കുകയും ചെയ്തു. അനുഗ്രഹത്തിന്റെ ഊക്കിൽ അപ്പു ഈറയും ചൂരലും വെട്ടി കുട്ട, വട്ടി, കസേര, ടീപ്പോയ്, ആന, അമ്പാരി എന്നിത്യാദി ഉണ്ടാക്കി. കളിമണ്ണു കുഴച്ച് ട്രംബിനേയും മോദിയേയും പശമണ്ണ് കുഴച്ച് ഷേക്സ്പിയറിനെയും ശശി തരൂരിനെയും ഉണ്ടാക്കി.

ഗ്യാസ് ലൈൻ, പൈപ്പ് ലൈൻ, ഡാറ്റ കേബിൾ, പതിനൊന്ന് കെ വി കറന്റ്, പതിനാറ് ടയറുള്ള ട്രക്ക്, ബെൻസ്, ബി എം ഡബ്ള്യൂ. ഇത്യാദി കടന്നുപോകുന്ന അന്താരാഷ്ട്ര രാജപാതയുടെ സൈഡിലാണ് തണ്ടപ്പേര് നമ്പർ 35/46 ഉം സർവ്വേ നമ്പർ 8/16 ഉം ഉള്ള അപ്പുവിന്റെ പൈപ്പ് ഹൗസ്.. ഇലക്ഷൻ കാലത്ത് രാഷ്ട്രീയക്കാർ കുമ്മായമടിച്ച് ബുക്ക്ഡ് എന്നെഴുതിയതിൽപ്പിന്നെ "വൈറ്റ് ഹൗസ്" എന്നും അറിയപ്പെടാറുണ്ട്.

അപ്പുവിന്റെ തണ്ടപ്പേരിന് അപ്പുറവും ഇപ്പുറവും ഒട്ടത്തിപ്പിള്ളേരും ഗൂർഖാസിപ്പിള്ളേരും അരിയൻ, അരനാടൻ, ഇരുളൻ, കൊറഗ, കരിമ്പാലൻ എന്നീ ജാതികളിൽപ്പെട്ടവരുടെ പുള്ളകളും കരകൗശല വസ്തുക്കൾ ഉണ്ടാക്കുകയും ടൂറിസ്റ്റുകളും നാടന്മാരും അവ വാങ്ങുകയും ചില ഭാഗ്യശാലിപ്പിള്ളേരെ ദത്തെടുത്ത് ശീമയിൽ കൊണ്ടുപോവുകയും ഉണ്ടാവാറുണ്ട്. ചപ്രത്തലയും ഒട്ടിയവയറും ഏങ്കോണിച്ചുള്ള ഉടുപ്പിടലുമാണ് അവർക്ക് തുണയായത്.

പൊണ്ണത്തടിയൻ അപ്പു തിന്നിട്ട് എല്ലിന്റിടയിൽക്കേറുമ്പം ഒരു തമാശയ്ക്കാണ് ഇതൊക്കെ ഉണ്ടാക്കുന്നതെന്ന് മാലോകർ കരുതി. ചാതിയിൽ കൂടിയവനായതുകൊണ്ടല്ല സൂക്ഷ്മാണു കുടലിൽ കിടക്കുന്നതുകൊണ്ടാണ് അപ്പു തടിയനായതെന്ന് ആരും ഓർത്തില്ല.

അപ്പുവിന്റെ സൃഷ്ടികൾ ചിലർ ഫ്രീയായി എടുത്തോണ്ട് പോവുകയോ ചവിട്ടി പൊട്ടിക്കുകയോ ചെയ്തു. ചിലർ കളിയാക്കി. മറ്റു ചിലർ

തങ്ങളുടെ പല്ല് കുത്തി നാറിയ മൊട്ടുസൂചി അപ്പൂന്റെ കൊല്ലക്കടയിൽ വില്ക്കാൻ നോക്കി.

അങ്ങനെയിരിക്കേ ഹിമാലയ സാനുക്കളിൽനിന്നും ചെമ്മരിയാടിനേയും കസ്തൂരിമാനിനേയും രക്ഷിച്ച് കൊണ്ടുവന്ന സുന്ദരനായ മിസ്റ്റിക്ക് അപ്പുവിന്റെന്ന് ഒരു പുല്ലാങ്കുഴൽ വാങ്ങുകയും സന്ദർശക ഡയറിയിൽ ഇപ്രകാരം എഴുതുകയും ഉണ്ടായി.

“അറിവും നിറവുമുള്ള ഒരുവൻ നിന്നെ കണ്ടെടുക്കും. അന്ന് നീ രക്ഷപ്പെടും.”

കണ്ണീർവാർത്തുകൊണ്ട് അപ്പു അയാളുടെ മടിയിൽ കിടന്നുറങ്ങി. തന്റെ കൂടെ ജനിച്ച ഭാവനയില്ലാത്തവർ ദാവൂദ് ഇബ്രാഹിമും ചാൾസ് ശോഭരാജും ഐ ക്യൂ ഇല്ലാത്തവർ അഭിനവ കാളിദാസനും വാസ്തവാനന്തര വിൻസ്റ്റൻ ചർച്ചിലുമായ കാര്യം അപ്പു മിസ്റ്റിക്കിനോട് പറഞ്ഞു.

ഭാവനയും ഐ ക്യൂവും തന്നിട്ട് ഊ.. പ്പാടു വരുത്തുന്നതാണോ ഇവ തരാതെ ഭാഗ്യവാനാക്കുന്നതാണോ കർത്താവിനും കർമ്മത്തിനും (Debtor and Creditor) നല്ലതെന്ന് അപ്പു ചോദിച്ചു.

ഉത്തരം മുട്ടിയ മിസ്റ്റിക് ഹിമാലയത്തിലേക്ക് തിരിച്ചുപോയി.പോകും വഴി അയാൾ

അന്നമയ കോശം

പ്രാണമയ കോശം

മനോമയ കോശം

വിജ്ഞാനമയ കോശം

എന്നൊക്കെ പിറുപിറുത്തതായി അപ്പു ഓർക്കുന്നു.

അപ്പൂന്റെ കഥേടെ ഇത്തിരിപ്പോരം കേട്ടപ്പോ തന്നെ നിങ്ങൾ ബോറടിച്ച് പണ്ടാരടങ്ങിയ സ്ഥിതിക്ക് ഈ ജീവിതം അനുഭവിക്കുന്ന അപ്പുവിന്റെ ബോറടി എന്തായിരിക്കും എന്റെ പൊന്നോ!

സ്വന്തം വീട്ടിൽ “ഉദ്ദാരണനിരുദ്ധജാമർ” വച്ചിട്ടുണ്ടോന്ന് പരീക്ഷിച്ചറിയാൻ കാട്ടിലെ എറുമാടത്തിൽ കാമുകിയോടൊത്ത് ഒരുദിവസം തങ്ങാൻ വന്ന അക്കാദമീഷ്യൻ ഡോ. മനോഹർ ദാസ് ഗുപ്ത വിൻഡോ ഷോപ്പിംഗിനിടയിൽ അപ്പുവിന്റെ ഡയറിയിൽ മിസ്റ്റിക് എഴുതിയ കുറിപ്പ് കണ്ടു.

“അറിവും നിറവുമുള്ള ഒരുവൻ നിന്നെ കണ്ടെടുക്കും.......”

“അറിവെന്താണെന്ന് മനസ്സിലായി.. നിറവുമുള്ള ന്ന് പറഞ്ഞാൽ സവർണ്ണൻ എന്നല്ലേ?”

“നിറവുമെന്നാൽ നിറം അല്ല.. നിറവ്”

ദാരിദ്ര്യം കൊണ്ടുണ്ടായ നിത്യഹരിത കൂഞ്ചലിന്റെ തോടുപൊട്ടിച്ച് പൊണ്ണത്തടിയുടെ നൈസർഗ്ഗിക ഫ്രെയിമിലേക്ക് ഉയർത്തപ്പെട്ട അപ്പു പടക്കം പൊട്ടിച്ചു.

"ഉണ്ടും ഉടുത്തും കണ്ടും കേട്ടും കിട്ടിയും സംതൃപ്തനായവനുണ്ടാവുന്ന നിറവ്.. ഇനി കുറച്ച് ദാനം ചെയ്യാം എന്ന് പോലുമല്ല... മിച്ചമുള്ളതൊന്നും തനിക്കുള്ളതല്ല എന്ന ബോധം..അതാണ് സാറേ "നിറവ്"... പിന്നെ "അറിവ്" എന്താണെന്നതാണ് എനിക്ക് മനസ്സിലാവാത്തത്!

തലേ ദിവസം ആ വഴി പോയ ബഹിരാകാശനിലയത്തിൽ അറിവിന്റെ ദേവതയായ അഥീനയുണ്ടായിരുന്നതായി കണ്ടവരുണ്ട്.

ആവോലിയും വീമാനവും

ഇനി ചോറില്ലാന്ന് പറഞ്ഞ് പാറുക്കുട്ടിയമ്മ എന്ന കുന്തീദേവി കലം കമിഴ്ത്തുന്നതിന് മുൻപ് അവസാനം പഠിക്കാൻ ഭാഗ്യമുണ്ടായ പ്രീഡിഗ്രി ക്ലാസിൽ വച്ചാണ് കോവിന്ദൻ ഹമീദ് ബിൻ മുഹമ്മദ് അൽ അഹമ്മദിനെ കണ്ടുമുട്ടിയത്. നാക്കുളുക്കാതിരിക്കാൻ ഇനിയങ്ങോട്ട് ഹമീദ് എന്ന് മാത്രമേ പറയൂ! ചുരുങ്ങിയകാലം കൊണ്ട് അവർ ചക്കരയും അടയും പോലെ അടുത്തു. ഒരേ പായയിൽ ഉണ്ടു. ഒരേ പിഞ്ഞാണിയിൽ ഉറങ്ങി. ഒരേ കുളത്തിൽ കുളിക്കണമെന്നുണ്ടായിരുന്നു. പക്ഷേ, നാടു മുഴുവൻ കുളമാണെങ്കിലും വായ്ക്ക് രുചിയായിട്ട് കുളിക്കാൻ തമ്മസിക്കത്തില്ലല്ലോ ഹിമാറുകൾ!

അവധി ദിവസങ്ങളിലും സമരമുള്ളപ്പോഴും അവർ മ്യൂസിയത്തിൽ പോയി കണ്ണും കണ്ണും നോക്കിയിരുന്നു.

"ഞാൻ നിന്നെ കല്യാണം കഴിക്കട്ടേ?"

ഹമീദ് ചോദിച്ചു. കോവിന്ദൻ വ്രീളാവതനായി. ലൗജിഹാദെന്നും മറ്റും ആളുകൾ പറഞ്ഞു നടക്കാത്ത കാലമായിരുന്നു അത്. എങ്കിലും ആണും ആണും കല്യാണം കഴിക്കുന്നത് കേട്ടുകേഴ്വിയില്ലാത്ത കാര്യമായിരുന്നു. ആണും പെണ്ണും കല്യാണം കഴിക്കുന്നത് ഇത്ര വലിയ പൊല്ലാപ്പായിരിക്കുമെന്ന് അറിയാനും പാടില്ലായിരുന്നു.

പഠിത്തം കഴിഞ്ഞു. അടയിൽ നിന്നും ചക്കരയെ വേർപെടുത്തുന്ന അലുമിനിയം ഫാബ്രിക്കേഷൻ യന്ത്രവുമായി ഹമീദിന്റെ ബാപ്പ വന്നു. അവനെ ഗൾഫിലേക്ക് കൊണ്ടുപോയി. അടിയന്തിരമായി ജോലിയിൽ പ്രവേശിച്ച് അഞ്ച് കാശ് സമ്പാദിക്കാൻ മുട്ടിനിന്ന കോവിന്ദന് നാട്ടിൽ തന്നെ കൂളായിട്ടൊരു ജോലി കിട്ടി. തോട്ടിപ്പണി!

പുരീഷ പ്രക്ഷാളനത്തിന്റെ (ഗ്രാമപഞ്ചായത്തിലൊക്കെ ഇപ്പം

സംസ്കൃതമാണല്ലോ താരം!) സ്വപ്നസുഷുപ്തിയിൽ കാലചക്രം ഉരുളുന്നതും ഞെരങ്ങുന്നതും പിച്ചവയ്ക്കുന്നതും അന്തംവിട്ട് പായുന്നതും ഒന്നും കോവിന്ദൻ അറിഞ്ഞില്ല. ഇടയ്ക്കിടയ്ക്ക് ഗൾഫീന്ന് ജാഢ ഇൻലെന്റിൽ ഹമീദിന്റെ കത്തുവന്നിരുന്നത് മുഴുവൻ പൊട്ടിക്കുന്നത് മോറൽപ്പൊലീസും വിവരദോഷിയുമായ പാറുക്കുട്ടിയമ്മയാണ്. ഇംഗ്ലീഷിൽ കടുവറത്തിരിക്കുന്നതുകൊണ്ട് ഒന്നും മനസ്സിലാവാറില്ലെങ്കിലും ഗൾഫീന്ന് വരുമ്പം ചങ്ങാതി എന്തര് കൊണ്ടുവരണമെന്നാണ് കേക്കണതെന്ന് തള്ള മനസ്സിലാക്കിക്കളഞ്ഞു.

തള്ളയ്ക്ക് വിഴുവിഴാന്നിരിക്കണ ഫോറിൻസാരി
തന്തയ്ക്ക് ടോർച്ച് ലൈറ്റ്
അനിയത്തിക്ക് സെന്റ്
കോവിന്ദന് ഹീറോ പേന

ഇത്രയും ചോദിക്കാൻ കെളവി ഐഡിയ പറഞ്ഞു തന്നു. ഗൾഫീന്ന് വരുന്നവർ നാട്ടുകാർക്ക് ഫ്രീയായി വിതരണം ചെയ്യുന്നതായി ഈ നാല് സാമാനങ്ങളാണ് തള്ളയ്ക്ക് അറിയാവുന്നത്! (കൊലസ്ത്രീയായതുകൊണ്ട് സിഗററ്റ് മദ്യം ഇത്യാദി നോട്ടം ഇല്ല).

"എനിക്കൊന്നും വയ്യ നാണംകെട്ട് നാല് സാധനങ്ങൾ ചോദിക്കാൻ"

എന്തര് കൊണ്ടുവരണമെന്ന ചോദ്യം ഒരിക്കലും കത്തിൽ ഉണ്ടാവാറില്ലെന്നരഹസ്യമറിയാവുന്നവനും ആംഗലഭാഷാ വിദഗ്ദനുമായ കോവിന്ദൻ ഇപ്രകാരമാണ് ചൂടാവുന്നത്. തനിക്ക് ചെന്നിക്കുത്തിന്റെ അസ്കിത ഉണ്ടെന്ന് അറിയാവുന്നവനായതുകൊണ്ട് വല്ല കോടാലി തൈലമോ ടൈഗർബാമോ കൊണ്ടുവന്നേക്കുമെന്ന് കരുതുകയും ചെയ്തു.

"എന്നാ സാരി മാത്രം ചോയീര്"

എന്ന് തള്ള തണുപ്പിക്കും. വലിയ കൂട്ടുകാരനാണ് പോലും എന്ന് പിറുപിറുക്കേം.

അഞ്ച് വർഷം അങ്ങനെ പോയി. കോവിന്ദന്റെ നാടായ മേത്തൻവിള പഞ്ചായത്തിൽ അപ്പുപിള്ള സാർ അവർകളുടെ വീട്ടിൽ മാത്രമാണ് ടെലഫോൺ യന്ത്രമുള്ളത്. കോവിന്ദന് അഞ്ചുമണിക്ക് ഫോൺ വരുമെന്ന് വേലക്കാരി കോമതി (ശരിക്കുള്ള പേര് ജാനു എന്നാണ്. ക്ലീഷേ ആവാതിരിക്കാൻ മാറ്റിപ്പറഞ്ഞതാണ്) വന്നു പറഞ്ഞു. നാല് മണി അമ്പത് മിനിട്ടിന് കോവിന്ദൻ ഹാജരായി.

ഗൾഫീന്ന് ഐ എസ് ഡി വന്നു. വരുന്ന പതിമൂന്നാംതീയതി രാവിലെ നാല് ഇരുപതിന് തിരുവനന്തപുരം വീമാനത്താവളത്തിൽ ഹമീദ് വരുന്നുണ്ട്. കോവിന്ദൻ തീർച്ചയായും എത്തണം. എന്ന് സ്വന്തം ഹമീദ് ദൂരഭാഷിണിയിലൂടെ കാറി.

ഒരാഴ്ച മുമ്പ് ഈ വിവരത്തിന് ഇന്റർനാഷണൽഇൻലന്റ്ലെറ്ററിൽ ഒരു കത്ത് കിട്ടിയിട്ടുണ്ടായിരുന്നു. അപ്പുപിള്ള സാറിനേയും കോമതിയേയും ബുദ്ധിമുട്ടിച്ചില്ലായിരുന്നെങ്കിലും വരുമായിരുന്നു. കോവിന്ദൻ

സോളിലോക്കി പിറുപിറുത്തു.

പതിനൊന്നാം തീയതി ഉച്ചയ്ക്ക് പുതിയ പുതിയ പുരീഷങ്ങൾ ഊറിവരാൻ എടുക്കുന്ന സമയംകൊണ്ട് ഒന്നു മയങ്ങാം എന്ന് കരുതി കോവിന്ദൻ മാൻഹോളിനരികിൽ പായുംവിരിച്ച് കിടന്നപ്പോൾ കോമതി വന്ന് മാന്തി വിളിച്ചു.

“നിനക്ക് എന്തര് പെണ്ണേ ഇവിടെ കാര്യം?”

“അപ്പുപിള്ള സാറിന്റെ വീട്ടില് ഗൾഫീന്ന് കൂട്ടാരന്റെ ഫോൺ വന്ന്. വീമാനത്താവളത്തില് ചെല്ലണ കാര്യം ഓർമ്മിപ്പിക്കാൻ പറഞ്ഞ്”

“ഓ.. ചെല്ലാന്ന് പറഞ്ഞതാണല്ല്.. ആരാണ്ട് പറഞ്ഞപോലെ വാക്കാണല്ല് സത്യം!”

കോവിന്ദൻ രണ്ടുദിവസം ലീവെടുത്തു. ചങ്ങാതിക്ക് കൊറച്ചിലാകരുതല്ലോ.. ജീൻസും ടീഷർട്ടും വാങ്ങി.. നമ്മളും മോഡേൺ ആണെന്ന്.. ലാംബർട്ടാ സ്കൂട്ടർ വർക്ക്ഷാപ്പിൽ കയറ്റി സർവ്വീസ് ചെയ്തു. തലേന്ന് നേരത്തേ കിടന്നു. 2.30 എ എം ന് അലാറം വച്ചു. (കോൺവെന്റിൽ പഠിച്ച പുള്ളകള് അലാം എന്നേ പറയൂ! കോവിന്ദൻ മലയാളം മീഡിയമാണല്ലോ). ഉറക്കം വന്നില്ല. ഒന്നു മുപ്പതിന് എണീറ്റ് കട്ടൻകാപ്പി കുടിച്ചു. തൂറാൻ മുട്ടുന്നില്ല. സാരമില്ല. ചങ്ങാതീടേന്ന് ഫോറിൻസാരി കൊണ്ടുവരാൻ പോണവനാണല്ലോന്നോർത്ത് പാറുക്കുട്ടിയമ്മ അസമയത്ത് ഡബിൾ ഓംലറ്റ് ഉണ്ടാക്കിക്കൊടുത്തു. അതും തിന്നോണ്ട് മൂന്ന് മണിക്ക് വീട്ടിന്ന് ഇറങ്ങി. നല്ല തണുപ്പുണ്ട്. ചെറിയ ചാറ്റലും. ഹെൽമറ്റും പുല്ലുമൊന്നും നിർബ്ബന്ധിച്ച് ഇടുവിക്കുന്ന കാലമായിട്ടില്ല. ചെവി, മൂക്ക്, വായ ഇത്യാദി അനാവൃതമായ ദ്വാരങ്ങളിലൊക്കെ തണുത്ത കാറ്റ് കയറി. കിടുകിടാന്ന് വിറച്ച് വിറച്ച് നാല് മണിക്ക് വീമാനത്താവളത്തിലെത്തി. ഇ ടി എ 9.20 എന്ന് ഡിസ്പ്ലേ ബോർഡിൽ കാണാം. കോവിന്ദൻ പ്രിഡിഗ്രി വരെയേ പഠിച്ചിട്ടുള്ളു എങ്കിലും കാര്യം മനസ്സിലായി. “എസ്റ്റിമേറ്റഡ് ടൈം ഓഫ് അറൈവൽ.” അഞ്ചുമണിക്കൂർ വൈകിയാണ് ശടകം വരുന്നതെന്ന് സാരം! പണ്ടത്തെ പി ഡി സി ഇന്നത്തെ എം എ മാതിരി. പണ്ടത്തെ എം എ ഇന്നത്തെ എന്തരുമാതിരിയോ എന്തോ?

ഇരിക്കാൻ പറ്റിയ കസേരയോ ബഞ്ചോ ഒഴിവില്ല. കുത്തിരിക്കാമെന്നു വച്ചാൽ പങ്കം! കോവിന്ദൻ ഒരു തൂണിൽ ചാരിനിന്നു. ഇടംകാൽ കഴയ്ക്കുമ്പോൾ വലംകാൽ പൊക്കിയും വലംകാൽ കഴയ്ക്കുമ്പോൾ ഇടംകാൽ പൊക്കിയും ഒമ്പതരവരെ നിന്നു.

കൃത്യം 9.30 ന് അറൈവൽ ഡിസ്പ്ലേ മിന്നി. അരയന്നക്കൂട്ടത്തെപ്പോലെ സുന്ദരിമാരായ എയർഹോസ്റ്റസുമാർ കുടുങ്ങിക്കുടുങ്ങി ഇറങ്ങി വന്നു. പുറകേ സുന്ദരന്മാരും കശ്മലന്മാരുമായ പൈലറ്റുമാരും. അവർ ഒന്നിച്ച് ഒരു മിനി ബസിൽ കയറി കോവളത്തേക്കോ മറ്റോ പോയി. ഇവന്മാർക്ക് വയറ്റിളക്കവും വായ്പുണ്ണും വന്ന് പണ്ടാരടങ്ങട്ടെ എന്ന് ശപിച്ചുകൊണ്ട് കോവിന്ദൻ വായും പൊളിച്ച് നിന്നു.

അത്താഴപട്ടിണിക്കാരായ വാർക്കപ്പണിക്കാർക്കിടയിലൂടെ അതാ വരുന്നു സൂപ്പർസ്റ്റാറിനെപ്പോലെ വെളുത്ത് ചെമന്ന് തുടുത്ത് കുട്ടപ്പനായ സാക്ഷാൽ ഹമീദ്! എടുത്താൽ പൊങ്ങാത്ത രണ്ട് ടി വിയും തള്ളിക്കൊണ്ടാണ് വരവ്. (അന്നത്തെ കാലത്ത് ഗൾഫീന്ന് വരുമ്പം പത്തായം പോലത്തെ ടി വി കൊണ്ടുവന്നില്ലെങ്കി അമ്മ വഴക്കു പറയും!) ആകെ മൊത്തം പർദ്ദയിൽ പൊതിഞ്ഞിരുന്നതുകൊണ്ട് നോക്കണ്ടാന്നുംവച്ച് ഉപേക്ഷിച്ചിരുന്ന കുറേ ഉമ്മച്ചിമാരും ഘടാഘടിയന്മാരായ നാലഞ്ച് ആണുങ്ങളും ഹമീദിനെ വളഞ്ഞു. ക്ഷണനേരം കൊണ്ട് ടി വി അമ്പാസഡർ കാറിന്റെ മുകളിൽ വച്ചു കെട്ടി. ആംസ്റ്റർഡാമിലേക്ക് പോകുന്ന മോഡിയുള്ള താടിക്കാരൻ "അച്ഛാ ദിൻ" ബാക്കി വന്നിട്ടു കാണിച്ചുതരാമെന്ന് പറഞ്ഞ് ടാറ്റാ കാണിക്കുന്നതുപോലെ പതിനാറടി ദൂരത്തു നിന്ന് ടാറ്റാ കാണിച്ചിട്ട് ഹമീദ് അമ്പാസഡറിൽ കയറി പോയി.

ഏന്തരോ കളഞ്ഞ ഏതാണ്ടോ ജീവിയെപ്പോലെ കോവിന്ദൻ സ്കൂട്ടറു തിരിച്ച് ആത്മവിദ്യാലയമായ മാൻഹോളിനരികിലെത്തി. എന്തിനാണ് ഹമീദ് വീമാനത്താവളത്തിൽ വരാൻ പറഞ്ഞത് എന്ന ചോദ്യത്തിന്റെ പൊരുൾതേടി കുന്തിച്ചിരുന്നു. വൈകുന്നേരം വീണ്ടും കോമതി കുറുക്കിൽ വന്നു മാന്തി.

"അപ്പുപിള്ള സാറിന്റെ വീട്ടിൽ ചങ്ങാതീടെ ഫോൺ വന്നിട്ടുണ്ട്. നാളെ 12 മണിക്ക് കായംകുളം ബസ്റ്റാൻഡിൽ ചെല്ലാൻ പറഞ്ഞു."

പോണ്ടാന്നാദ്യം വിചാരിച്ചു. തള്ളേടെ ഫോറിൻസാരി മോഹം ഓർത്തപ്പോൾ മനസ്സുമാറി. ചിലപ്പോൾ പണ്ട് പി ഡി സിക്ക് പഠിക്കുമ്പം പ്രോമിസ് ചെയ്ത പോലെ വല്ല വിസയെങ്ങാനും കൊണ്ടുവന്നിട്ടുണ്ടാവുമോ? നാട്ടിലെ തോട്ടിപ്പണി മടുത്തു തുടങ്ങി. മാത്രവുമല്ല ഈ പണിക്കാർക്ക് പെണ്ണു കിട്ടത്തില്ലാന്ന് തരവൻ തങ്കപ്പൻ ആണയിടുകയും ചെയ്തിട്ടുണ്ട്. ഗാന്ധിമാർഗ്ഗവും കൈത്തറിയുമായി എത്രകാലം കഴിയാൻ പറ്റും? പോകാൻതന്നെ തീരുമാനിച്ചു.

സിംഹത്തിന് മൂന്നു പ്രാവശ്യം അമളിപറ്റിയ കഥ മുരുകൻ പറഞ്ഞിട്ടുണ്ട്. കോവിന്ദനെന്തു കൊണ്ട് രണ്ടു പ്രാവശ്യം പറ്റിക്കൂടാ? പന്ത്രണ്ട് മണിക്ക് കായംകുളം ബസ് സ്റ്റാൻഡിൽ എത്തി. സുസ്മേര വദനനായി ഹമീദ് കാത്തുനില്ക്കുന്നു.

"ഇന്നലെ കാര്യായിട്ട് ഒന്നും മിണ്ടാൻ പറ്റിയില്ല"

ഹമീദ് കാറിൽ കയറ്റി.

"ഒരു സെക്കന്റ് ഹാൻഡ് ബെൻസ് വാങ്ങി. അഞ്ചു വർഷത്തിലൊരിക്കൽ ഒരുമാസത്തെ ലീവിനു വരുമ്പം മാർക്കറ്റിലും ബന്ധുക്കളുടെ വീട്ടിലുമൊക്കെ പോകാൻ വാങ്ങിയതാ!"

പന്ത്രണ്ടേ കാലിന് വീട്ടിലെത്തി.

"ഊണ് കഴിച്ചിട്ട് പോയാ മതി. ഇന്ന് ആവോലിയാ സ്പെഷ്യൽ"

എന്നു പറഞ്ഞ് കോവിന്ദനെ സ്വീകരണമുറിയിൽ ഇരുത്തിയിട്ട് ഹമീദ് എണിപ്പടി കയറി മുകളിലേക്ക് പോയി. കലാഭവൻ മണീടെ

പാട്ടിൽ "ചെമ്പല്ലി, ചെമ്മീൻ, കരിമീൻ" എന്നീ പല മീനുകളും കേട്ടിട്ടുണ്ടെങ്കിലും ആവോലി എന്ന പേര് നല്ലപ്പഴാണ് കേക്കണത്. എല്ലാം ഭഗവാന്റെ അവതാരങ്ങളാണെങ്കിലും ചില അവതാരങ്ങൾ വിശേഷപ്പെട്ടവയാണല്ലോ ഭഗവാനേ..

സമയം ഒന്ന് ഒന്നര ഒന്നേമുക്കാൽ രണ്ട് എന്നിങ്ങനെ ഇഴഞ്ഞു നീങ്ങി. സമയത്തും കാലത്തും വല്ലതും നക്കിയില്ലെങ്കിൽ മൈഗ്രേൻ വരും. കായംകുളത്തിറങ്ങുമ്പം ഇടക്കാലാശ്വാസത്തിന് ഒരു ചായേം പഴം പൊരിച്ചതും തട്ടാമെന്ന് നിനച്ചിരിക്കുമ്പോഴാണ് ലവൻ കുറുക്കിൽവന്ന് തട്ടിയത്.

രണ്ടേമുക്കാലായി. മൈഗ്രേനും ഹമീദും ഒരുമിച്ച് പടിയിറങ്ങി വന്നു. ഊണുമേശയിൽ ചോറും ആവോലിയും റെഡി. തിന്നു. വയറുനിറഞ്ഞു. കൈ കഴുകി. ചെരുപ്പിട്ടു. കൂട്ടാരൻ ബെൻസ് കാറിൽ കയറ്റി ബസ് സ്റ്റാൻ ഡിൽ കൊണ്ടു വിട്ടു. മൂന്നു മണിക്കൂർ ആനവണ്ടിയിലിരുന്ന് തിരിച്ചു വന്നു.

മാൻഹോളിനരികെ ഒരാലു കിളിച്ചു നിൽപ്പുണ്ട്. അതിന്റെ തണലിൽ ഉടുപ്പൂരി അല്പസമയം കിടന്നു. മയക്കം വരുന്നില്ല. കൊടിഞ്ഞി കൊണ്ടേ പോകൂ. ഛർദ്ദിക്കാതെ മാറില്ല. നടുവിരൽ അണ്ണാക്കിലിട്ട് ആവോലി മുഴുവൻ മാൻഹോളിലേക്ക് തട്ടി. സ്കൂട്ടർ ചവിട്ടി ബീമാപ്പള്ളിയിലേക്ക് വിട്ടു. അമ്മയ്ക്കൊരു ഫോറിൻസാരി വാങ്ങണം. പൈസ തികഞ്ഞാ അനിയത്തിക്കൊരു പെർഫ്യൂമും.

അധികാരിയും പീച്ചാംക്ലാത്തികളും

അധികാരിക്ക് അടുപ്പിലും തൂറാം എന്ന ആപ്തവാക്യം മനസ്സിൽ കിടന്ന് കിടന്ന് തിളച്ചുതൂവി പൊങ്കാലയടുപ്പിൽ വീണതോടെയാണ് പീച്ചാംക്ലാത്തികളുടെ നേതാവായ ചോക്ലി തന്റെ തായ്തന്തയ് പേരുപേക്ഷിച്ച് "അധികാരി" എന്ന നവനാമധേയം ഗസറ്റിൽ പ്രസിദ്ധം ചെയ്തത്. പേരവിടെ നില്ക്കട്ടെ, ക്ലാത്തിമീനിനെക്കുറിച്ച് പറയാതെ ഇനി ഒരടി മുമ്പോട്ട് പോകാനാവുമെന്ന് തോന്നുന്നില്ല. മുടിഞ്ഞ ഉളുമ്പു നാറ്റവും കട്ടിത്തോലും കറുത്ത നിറവുമുള്ള വിലകുറഞ്ഞ മീനാണ് ക്ലാത്തി. ചന്തയിൽ ഇരുട്ടും ചെള്ളയും വീണ പാർശ്വവൽകൃതമൂലയ്ക്ക് വായിട്ടലയ്ക്കാനും പള്ള് വിളിക്കാനും ആവതില്ലാത്ത ഓൾഡ് മോഡൽ മുക്കുവത്തികളുടെ കൈയിലാവും ഇതുണ്ടാവുക. നൈസായിട്ട് വാങ്ങി രഹസ്യായിട്ട് കൊണ്ടുപോകാം!

ഇപ്പുറത്തെ പുരയിൽ "ട" പോലെ കിടന്ന് അധോവായു വിട്ടാൽ അപ്പുറത്തെ കുടിലിലെ വിറകടുപ്പ് അണഞ്ഞുപോകുംവിധം തീപ്പെട്ടി പോലെയടുക്കിയ, ടാർപോളിനും ചാക്കും കോണ്ട് നിർമ്മിച്ച, പുറമ്പോക്കു വീടുകളിലെ ഉടുപ്പുംനിക്കറുമിടാത്ത പിള്ളേർ ക്ലാത്തിമീനും തിന്നുകൊണ്ട് അതിസാരത്തിന്റെ ദിനങ്ങളെ ഓർമ്മിപ്പിക്കുംവിധം പീച്ചാംകുഴലുവച്ച് പീച്ചും പോലെ തൂറിത്തൂറി നടക്കും. മേപ്പടി പിള്ളേരെ വർണ്ണാശ്രമത്തിലെ വസിഷ്ഠമഹർഷിമാർ വിളിക്കുന്ന പൊതു വിളിപ്പേരാണ് (ജനറിക് നെയിം) പീച്ചാംക്ലാത്തികൾ.

രാമായണം സീരിയൽ കാണാൻ വരുന്നവരുടെ കൂട്ടത്തിൽ പീച്ചാംക്ലാത്തികളുമുണ്ടായാലോന്ന് പേടിച്ച് നാട്ടിലെ എണ്ണം പറഞ്ഞ ടി വി

ഓണർമാരിൽ പ്രമുഖനായ രാമൻ നായർ തന്റെ ബ്ലാക്ക്ആന്റ് വൈറ്റ് ടി വി പോച്ച പിടിച്ചു കിടക്കുന്ന പറമ്പിനഭിമുഖമായി വാതിൽക്കൽ വയ്ക്കുക പതിവായിരുന്നു. നായരുടെ സാമൂഹ്യസേവനം ഗുണം ചെയ്യുമെന്നും രാമായണം കണ്ട് നാട്ടുകാരുടെ "ര" മായുമെന്നും വാനരസേന ഇന്ദ്രപ്രസ്ഥം കീഴടക്കി നാട്ടുകാരുടെ അണ്ണാക്കിലേക്ക് പീച്ചുകയും ചെയ്യുമെന്നും പ്രവചിക്കാൻ ഈയുള്ളവൻ കണിയാനൊന്നുമല്ല. ഭാവി എന്തരെങ്കിലും ആവട്ട്, വർത്തമാനത്തിൽ നാം കാണുന്നത് നായൻമാരുടെ വീടുകളിൽ കല്യാണത്തിന് പന്തിയിട്ട് ഉണ്ണുമ്പോൾ അവസാനത്തെ പന്തിയിൽ ഇരിക്കേണ്ട പീച്ചാംക്ലാത്തികൾ 1, 2, 3 ഇത്യാദി പന്തികളിൽ കയറാൻ നോക്കുകയും കാരണവന്മാരുടെ ചുരലിന്റെ ചൂട് അറിയുകയും ചെയ്യുന്നതാണ്. ഊണ് തികയാതെ വരുമോ എന്നതുകൊണ്ടല്ല ഈ പാട്രിയാക്കിയൽ വർണ്ണാശ്രമ അധികാര പ്രയോഗം.

പ്രമാണിയുടെ പറമ്പിൽ തേങ്ങയിടുന്നത് വേലിക്കൽനിന്ന് പീച്ചാംക്ലാത്തികൾ നോക്കും. പ്രമാണി "ഓടെടാ.. ഓടെടാ.." ന്ന് ആട്ടും. 5001 തേങ്ങയിട്ട്, പാരക്കോലിന് പൊതിച്ച്, നല്ലതും പേടും തരം തിരിച്ച്, തൊണ്ടും ഓലയും വേറെവേറെയടുക്കി പൊതിച്ചതേങ്ങ ചാക്കിൽ കെട്ടി ആളുക്കോരോ കരിക്കും കുടിച്ചശേഷം പീച്ചാം ക്ലാത്തികൾക്കെല്ലാം കൂടി ഒരു തേങ്ങ കൊടുക്കും.. വേലിക്ക് പുറത്ത് വീണ കോഞ്ഞാട്ടയും എടുത്തോളാൻ പറയും. ഈ പൊതിയാതേങ്ങ അദ്യമേ കൊടുത്താലെന്താ എന്ന ചോദ്യം ഉറക്കെ ചോദിച്ചതോടെയാണ് ചൊക്ലി പീച്ചാംക്ലാത്തികളുടെ നേതാവായത്.

ഒരു ചോദ്യം ക്ലിക്കായതോടെ ചൊക്ലി ഡെയിലി ഓരോ ചോദ്യം വീതം ചോദിക്കാൻ തുടങ്ങി.

1. നൂറ് മാങ്ങയും നൂറ് ആളുകളും ഉള്ളപ്പോൾ നാല് പേർക്ക് എഴുപത് മാങ്ങയും ബാക്കി തൊണ്ണൂറ്റാറ് പേർക്കായി മുപ്പത് മാങ്ങയും കൊടുക്കുന്നതിന് പകരം ആളുക്ക് ഓരോന്ന് കൊടുത്താൽ പോരേ?

2. ജനസംഖ്യയിൽ അൻപത് ശതമാനം പെണ്ണും അൻപത് ശതമാനം ആണും ഉണ്ടായിട്ട് ചിലർക്ക് പെണ്ണ് കിട്ടാത്തതെന്തുകൊണ്ട്?

3. പതിനായിരം രൂപ വരുമാനമുള്ളയാൾ 4000 സ്വന്തം ആവശ്യത്തിനെടുത്തിട്ട് 6000 ദാനം ചെയ്യാതിരിക്കുന്നത് ക്രൂരവും പൈശാചികവും നിന്ദ്യവുമല്ലേ?

ഊക്കൻ ചോദ്യങ്ങൾ കേട്ട് പീച്ചാംക്ലാത്തികൾ കൈയടിച്ചതിന്റെ മൂച്ചിൽ ചൊക്ലി പഞ്ചായത്ത് ഇലക്ഷന് നിൽക്കുകയും പ്രതിയോഗികള്ളും കായും ഇറക്കിയ കാരണം തോറ്റമ്പിപ്പോവുകയും ഉണ്ടായി.

നോക്കാതെ വോട്ട് കൊടുത്തവരെ വിട്ട് ചൊക്ലി സാഹിത്യത്തിലേക്ക് തിരിഞ്ഞു. മഹാകവിയുടെ ജന്മനാട്ടിൽ കവിയരങ്ങിന് പോയി. ലബ്ധപ്രതിഷ്ഠരും നോട്ടീസിൽ പേരുള്ളവരും കഴിഞ്ഞ് മന്ത്രി വരുന്നതിനിടയിൽ സമയമുണ്ടെങ്കിൽ ചാൻസ് തരാമെന്ന് ആപ്പീസർ അറിയിച്ചു. പ്രാർത്ഥനപോലെയും പതിവ്പോലെയും മന്ത്രി വരാൻ വൈകി. യേശുദാസിനെ മനസ്സിൽ ധ്യാനിച്ച് കവിതയെടുത്ത് വീശി നാട്ടുകാരെ ഞെട്ടിച്ചു. കായി വാങ്ങാൻ ക്യൂവിൽ തള്ളിത്തള്ളി മുമ്പിലെത്തിയപ്പോൾ സ്ലീവ്ലസ്സിട്ട് പൊക്കിളുകാട്ടി സാരിയുടുത്ത പെണ്ണുമ്പിള്ള നോട്ടീസിൽ പേരില്ലാത്ത പീച്ചാംക്ലാത്തികൾക്ക് പൈസയില്ലെന്ന് കാർക്കിച്ച് തുപ്പി.. അന്നത്തോടെ സാഹിത്യം ഉപേക്ഷിച്ചൂന്ന് എഴുതാൻ വരികയായിരിക്കും എന്ന് കരുതുന്നവർക്ക് തെറ്റി. ഒരീസം കൂടി കഴിഞ്ഞേ ഉപേക്ഷിച്ചുള്ളൂ.

ആ ഒരീസം മലപ്പുറത്ത് സാംസ്കാരിക സമ്മേളനത്തിന്റെ നോട്ടീസിൽ ചൊക്ലീടെ പേരും ഉണ്ട്.. (കനം കാരണം നോട്ടീസ് പിടിക്കാൻ CITU വിനെയോ INTUC യെയോ വിളിക്കണം.) മൂന്ന് മണിക്കൂർ നീളമുള്ള സമ്മേളനത്തിൽ രണ്ടേമുക്കാൽ മണിക്കൂറും സ്വാഗതം, ഉദ്ഘാടനം, അദ്ധ്യക്ഷപ്രസംഗം ഇത്യാദി. ബാക്കിയുള്ള 35 പേർക്കും കൂടി 15 മിനിട്ട് അനുവദിച്ചിരിക്കുന്നതായി കൊണാണ്ടർ അറിയിച്ചു. മാത്രവുമല്ല ചായയും കടിയും ചായ്പ്പിൽ റെഡിയാണെന്ന് പ്രഖ്യാപിക്കുകയും ചെയ്തു. മലപ്പുറം കത്തി കേട്ട് ഉ.. റങ്ങിപ്പോയ കാണികൾ മണിയനീച്ചകളെപ്പോലെ പാഞ്ഞു. അന്നു രാത്രി ചൊക്ലി ഉറങ്ങിയില്ല. പീച്ചാംക്ലാത്തി എന്ന വാക്ക് വിവിധാർത്ഥങ്ങളുള്ളതാണെന്നും നാനാത്വത്തിൽ എകത്വമുള്ളതാണെന്നും ചൊക്ലികണ്ടു പിടിച്ചു. പിറ്റേന്ന് രാവിലെ 10 മണിക്കാണ് “അധികാരി” എന്ന നവനാമധേയം ഗസറ്റിൽ പ്രസിദ്ധപ്പെടുത്തിയത്.

കുടവയറും കോപ്പുമുള്ള അശ്വമേധക്കാരന്റെ; രാഷ്ട്രീയം? സാംസ്ക്കാരികം? കലാപരം? എന്നീ ചോദ്യങ്ങൾക്കെല്ലാം ഉത്തരം “Yes” ആയ സ്ഥിതിക്ക് മതപരം/ആത്മീയം കൂടി Yes ആക്കാൻ ചൊക്ലി തീരുമാനിച്ചു (മാവീന്ന് വീണ് ഗുണ്ട് തെറ്റിയത് കൊണ്ട് സ്പോർട്ട്സ്? No തന്നെയായിരിക്കും).

ഇനി പറയാൻ പോകുന്ന കാര്യം വായനക്കാർ ഊഹിച്ചു കഴിഞ്ഞു കാണും! ആശ്രമം, പെണ്ണുകേസ്, തോക്ക്, ഫോറിൻ ഫണ്ട്.. വേല കൈയിലിരിക്കട്ടെ, ആ വഴി വണ്ടി പോണ്ട.

ബുദ്ധിമാനായ ചൊക്ലി നായർ മാട്രിമണി, ഈഴവ മാട്രിമണി, ക്രിസ്ത്യൻ മാട്രിമണി തുടങ്ങി 5712 ജാതിമത അവാന്തരവിഭാഗങ്ങളുടെ മാട്രിമണിയൽ മഹാപ്രസ്ഥാനയാത്ര തുടങ്ങി. അദ്യായിട്ടാണ് “മണി” കൈയിൽ വരുന്നത്. ഈ ബുദ്ധി നേരത്തേ തോന്നാത്തെന്ത് ദാസാ?

വെളുത്ത വെള്ളാള യുവതി, വയസ്സ് 41, ശുദ്ധ ജാതകം, 3 സെൻറും 2 കമ്മലും.. ഗവ. ജോലിയുള്ള പയ്യന്മാരുടെ തന്തമാരിൽനിന്നും ആലോചനകൾ ക്ഷണിക്കുന്നു. (രണ്ടാം കെട്ടായാലും കുഴപ്പമില്ല. ഗവ.ജോലി നിർബ്ബന്ധം)

ഈഴവ യുവതി, ഓറഞ്ച്നിറം, വയസ്സ 19, പന്ത്രണ്ട് ഏക്കറും 5 കിലോ സ്വർണ്ണവും. ഗവ.ജോലിയുള്ള പയ്യന്മാരുടെ തന്തമാരിൽ നിന്നും ആലോചനകൾ ക്ഷണിക്കുന്നു.

പരസ്യങ്ങൾ ഡ്രാഫ്റ്റ് ചെയ്യുമ്പോൾ ലഡുപൊട്ടി.. കൊള്ളാല്ലോ വീഡിയോൺ. ചൊക്ലി രാത്രി മുഴുവൻ ഉറക്കമിളച്ചിരുന്ന് “പെറു ലിമ” “പെറു ലിമ” ന്ന് നിലവിളിച്ചു. നിലവിളി ദൈവം കേട്ടു. പത്താം മാസം PSC റാങ്ക് ലിസ്റ്റ് പെറ്റു.. ഒന്നാം റാങ്ക് ചോക്ലിക്ക്.. സോറി,.. “അധികാരി”ക്ക്.

ലോട്ടറി ഏജന്റ് കുട്ടപ്പന് ബമ്പറടിച്ച പോലെ മാട്രിമണി ലിസ്റ്റിൽ നിന്നും മികവിൽ മികച്ചേരിയിൽ ഉണ്ണിക്കുറുപ്പിന്റെ മകൾ (“കൊന്നമരം പൂത്തുലഞ്ഞതാണോ... കുന്നത്ത് സൂര്യനുദിച്ചതാണോ..”) മൂലം തിരുനാൾ, വയസ്സ് 22 നെ കെട്ടി. സ്ഥാവരജംഗമങ്ങൾ ആടിസെയിൽസിൽ തൂക്കി വിൽപ്പന നടത്തിയതിൽ ആകെ മൊത്തം 10 കോടി! പ്രമാണിമാർ 10 Cr എന്നേ പറയൂ.

അധികാരിയും നവവധുവും ഹണിമൂൺ പാരീസിലാക്കാമെന്ന് കരുതി സ്ക്കോഡ കാറിൽ എയർപോർട്ടിലേക്ക് പോകവേ പീച്ചാംക്ലാത്തികളുടെ ചെറ്റകൾക്കരികിലെത്തിയതും ട്രാഫിക്ക്ജാമുണ്ടായതും ഒരുമിച്ചായിരുന്നു. പഴയൊരു അനുയായി കൈപൊക്കിക്കാണിക്കുകയും ഗ്ലാസിൽ ഇടിക്കുകയും ചെയ്തു. ജസ്റ്റിസ്. എസ് എച്ച് കപാടിയയെ കൈയിൽ കിട്ടിയിരുന്നെങ്കിൽ കഴുത്ത് ഞെരിച്ച് കൊന്നേനേ എന്ന് പ്രാകിക്കൊണ്ട് ഗ്ലാസ് ഇച്ചിരി താഴ്ത്തി.

“എടാ ചൊക്ലീ നീ വലിയ സെറ്റപ്പായ സ്ഥിതിക്ക് നമ്മുടെ നാട്ടീന്ന് ഒരു പെണ്ണിനെ എടുത്തിരുന്നെങ്കിൽ ഒരു കുടുംബം രക്ഷപ്പട്ടേനേരുന്നല്ലാടാ..”

പെട്ടെന്ന് ഗ്ലാസ് പൊക്കി. വണ്ടി നീങ്ങി.

“ഹു ഈസ് ദിസ് ബ്ലഡി ഗ്രാമവാസി?”

കൊന്നമരം ചോദിച്ചു..

“പീച്ചാം ക്ലാത്തികളെക്കൊണ്ട് മാന്യന്മാർക്കും തറവാടികൾക്കും വഴിനടക്കാൻ വയ്യ... ഡിസ്ഗസ്റ്റിങ്! നമ്മുടെ നാട്ടിൽ എലിവേറ്റഡ് ഹൈവേ എന്നു വരുമോ എന്തോ?... അതൊക്കെ ഹൈദരാബാദിനെ കണ്ട് പഠിക്കണം.”

നീംബൂസിൽ വോഡ്ക ചേർത്തുണ്ടാക്കിയ പ്രീ മിക്സ് അല്പം നുണഞ്ഞ് ഒരു ചിക്കൻ നെഗറ്റ്സും ചവച്ച ശേഷം അധികാരി കണ്ണുകളടച്ചു. അനന്തരം ഇപ്രകാരം പിറുപിറുത്തു.

"ഏഷ്യയിലെ ഏറ്റവും വലിയ ഫ്ളൈ ഓവർ ഏതാണ്?

ഹൈദരാബാദ് ഇന്റർനാഷണൽ എയർപോർട്ടിനെ മെഹ്ദിപ്പട്ടണവുമായി (Mehdipatnm) ബന്ധിപ്പിക്കുന്ന 11.6 കിലോമീറ്റർ നീളമുള്ള പി വി നരസിംഹറാവു ഫ്ളൈ ഓവർ ആണ് ഏഷ്യയിലെ ഏറ്റവും വലിയ ഫ്ളൈ ഓവർ."

ബ്ലാക്ക് ആന്റ് വൈറ്റ് കോടീശ്വരൻ

നിക്കറിടാതെ ഒറ്റത്തോർത്ത് മാത്രമുടുത്ത് കുറ്റാലത്ത് കുളിച്ചോണ്ട് നിന്നപ്പോഴാണ് തോട്ടിപ്പണിക്കാരൻ കോവിന്ദൻ ബ്ലാക്ക് ആന്റ് വൈറ്റ് കോടീശ്വരനെ ആദ്യമായി കാണുന്നത്. ആണിനേം പെണ്ണിനേം വേലി കെട്ടിത്തിരിച്ചതിൽ കുണ്ഡിതപ്പെട്ടും "വെണ്ണതോൽക്കുമുടലിൽ സുഗന്ധി യാമെണ്ണ തേച്ചരയിലൊറ്റമുണ്ടുമായ്" ആരെങ്കിലും തിണ്ണമേൽ അമരുക യാണെങ്കിൽ അമരട്ടെ അമരട്ടെ അത്രയെങ്കിൽ അത്ര എന്ന് തത്രപ്പെട്ടും നീരാടുന്നതിനിടയിലാണ് ബ്ലാക്ക് ആന്റ് വൈറ്റ് കോടീശ്വരൻ മുക്കിളിയിട്ടു വന്ന് കോവിന്ദന്റെ ഉമ്മാണീക്കേറി പിടിച്ചത്!

"എലിയെപ്പോലെയിരിക്കുന്നവനൊരു പുലിയെപ്പോലെ വരുന്നതു കാണാം" എന്ന പാഠഭാഗം 50 പ്രാവശ്യം ഇംപോസിഷൻ എഴുതിയതിന്റെ സ്മരണയിൽ കോവിന്ദൻ ടപ്പനെ വെള്ളത്തിൽ കുന്തിച്ചിരുന്നു. ബ്ലാക്ക് ആന്റ് വൈറ്റ് കോടീശ്വരനും ഇരുന്നു. ആ ഇരിപ്പ് ബാറുകളിലും വെളി മ്പറമ്പിലും കച്ചവട സ്ഥലത്തും തുടരുകയും കോവിന്ദനും കോടീശ്വ രനും തമ്മിലുള്ള ഇരിപ്പുവശം വടവൃക്ഷംപോലെ വളർന്ന് കണ്ടിടത്തെ ല്ലാം വേരുകളാഴ്ത്തുകയും ചെയ്തു.

കോടീശ്വരന് ദ്രവ്യമായും സ്വർണ്ണമായും ഭൂമിയായും വൈറ്റ് മണി യായി 500 കോടിയുണ്ട്. ടി തുകയെ X കൊണ്ട് ഗുണിക്കുമ്പോൾ കിട്ടുന്ന N ആണ് ബ്ലാക്ക് മണി. അത് സുനാമിയായും ബിനാമിയായും ബി നില വറയിൽ ഭദ്രമാണ്. കരിനാഗം കാവൽ നില്ക്കുന്നതുകൊണ്ട് ഊഹ്യമേ നടക്കൂ. X ഒരു പ്രൈം നമ്പരാണെന്നും അതിന് പൂജ്യമാവാൻ വിധി യില്ലെന്നും അറിയാവുന്ന ഗണിത വിശാരദൻ അപ്പുക്കണിയാർ പരലുവച്ച് നോക്കിയ പ്രകാരം X ന്റെ ഏറ്റവും കുറഞ്ഞ മൂല്യമായ 1 ആരോപിച്ചാൽ പോലും ബ്ലാക്ക് മണി 500 കോടിയെങ്കിലും വരും! സുമാർ 500 കോടി

വൈറ്റ് മണിയായും ഊഹം 500 കോടി ബ്ലാക്ക് മണിയായും ആളുന്നതു കൊണ്ടാണ് മുതലിനെ ജനം ബ്ലാക്ക് ആന്റ് വൈറ്റ് കോടീശ്വരൻ എന്ന് വിളിക്കുന്നത്. കോടീശ്വരൻ എന്ന വാക്കിനോടുള്ള പ്രത്യയശാസ്ത്രപരമായ വിപ്രതിപത്തി കണക്കിലെടുത്ത് ഇനിയൊരറിയിപ്പുണ്ടാകുന്നതു വരെയും ഇലക്ഷൻ അടുക്കുന്നതുവരെയും നാം ടിയാനെ "ടിയാൻ" എന്നു മാത്രമേ വിളിക്കുകയുള്ളു.

ടിയാന് കർണ്ണാടകയിൽ മുന്തിരിത്തോട്ടം വാങ്ങാൻ ഒരുകോടി അഡ്വാൻസ് കൊടുക്കാൻ ബെൻസ് കാറിൽപോകുമ്പോൾ കോവിന്ദനേം കൂട്ടി. കോവിന്ദനെ കൊണ്ടുപോകാനുള്ള മൂന്ന് കാരണങ്ങൾ താഴെ കൊടുക്കുന്നു.

1. അത്താഴപട്ടിണിക്കാരനാണെങ്കിലും ദുരഭിമാനിയാണ്. എച്ചിക്കണക്ക് പറയില്ല.

2. വഴിക്ക് പൊലീസോ മറ്റോ കൈ കാണിച്ചാൽ ഇംഗ്ലീഷിൽ കടുവറക്കും

3. വാതോരാതെ ഓഞ്ഞ വിറ്റുകളും ചൊറിച്ചു മല്ലലും പറഞ്ഞ് നേരം പോക്കും.

ടിയാന്റെ കൂടെ പോകാൻ കോവിന്ദന് ഒരു കാരണമേയുള്ളൂ. ഇത്ര നാൾ ബുദ്ധിജീവിക്ക് പഠിച്ചിട്ട് ഒരു കൊണോം വരാത്ത സ്ഥിതിക്ക് ഇനി കോടീശ്വരന് പഠിക്കണം.

പ്രാർത്ഥിക്കാൻ എല്ലാർക്കും ഓരോരോ കാരണങ്ങളുണ്ട്. ഇടപ്പള്ളി ഗീവർഗ്ഗീസ് പള്ളിയിൽ മെഴുകുതിരിയും ചന്ദനത്തിരിയും കത്തിച്ച് മൂന്ന് റൗണ്ട് വലംവച്ച് ആററുപതിൽ ബാംഗ്ലൂരിലേക്ക് ചവിട്ടിവിട്ട് രണ്ട് മിനിട്ടായതും ടിയാൻ ഡ്രൈവറെ മാന്തി.

"ഡേയ് വണ്ടി വലത്തോട്ട് തിരിഞ്ഞ് ചളിക്കവട്ടത്തേക്ക് പോട്ട്"

ചളിക്കവട്ടം കവലയിൽ പഞ്ചായത്ത് കിണറ്റിൽ ചാരിനിന്ന ഓന്തുവായനു മുമ്പിൽ ബെൻസ് ഇരപ്പിച്ചു നിർത്തി.

"എടാ **രേ എന്തെടാ ഫോണെടുക്കാത്തത്?" എന്നു ടിയാൻ

"ഫോൺ കളഞ്ഞു പോയി സാറേ... സിമ്മും മാറി" എന്ന് അപരൻ

"എന്നാ പുതിയ നമ്പരീന്ന് മിസ്സ്ഡ് അടി."

"ബാലൻസില്ല സാറേ..."

"മൈരന്റേൽ ഒരിക്കലും ബാലൻസും *റീം ഒന്നും കാണത്തില്ല... ഞാനടിക്കാം നമ്പർ പറ"

അപരൻ നമ്പർ പറഞ്ഞതും ടിയാൻ കുണുകുണാന്ന് ടൈപ്പ് ചെയ്ത് മിസ്സ്ഡ് അടിച്ചു. അപരൻ ചാടിവീണ് എടുത്തു.

"എന്തിനാടാ എരപ്പേ ഫോണെടുത്തത്? മിസ്സ്ഡ് അടിച്ചതല്ലേ?"

"പോട്ട് സാറേ അമ്പത് പൈസേടെ കേസല്ലേ?,"

വണ്ടി യുടേൺ എടുത്ത് കളമശ്ശേരിയിൽ എത്തിയപ്പോൾ "യാരിവൻ അപരൻ?" എന്ന് കോവിന്ദൻ ടിയാനോട് ചോദിച്ചു.

"റിയൽ എസ്റ്റേറ്റ് ഏജന്റ്... അപ്പാവി ഷാജി.. എവിടെയെങ്കിലും

വസ്തു വില്ക്കാനുണ്ടെങ്കിൽ വിവരം പറയും. കച്ചവടം നടന്നാ പത്തോ രണ്ടായിരമോ കൊടുക്കും. കഴിഞ്ഞമാസം ഇവൻ പറഞ്ഞ സ്ഥലം നാല്പത് ലക്ഷത്തിന് വാങ്ങി നാല് ദിവസം കഴിഞ്ഞ് അറുപത് ലക്ഷ ത്തിന് തട്ടി... പന്ന *****ളി.. മിസ്സ്ഡ് അടിച്ചപ്പം ഫോൺ എടുത്തിരിക്കുന്നു. 50 പൈസയല്ലേ പോട്ടേ സാറേന്ന്.. അവന്റെ തന്ത തരുമോ 50 പൈസ?"

50 പൈസയ്ക്ക് 50 ലക്ഷത്തിന്റെ തെറി കേട്ടതും ആദ്യം അന്ധാളി ച്ചെങ്കിലും കോവിന്ദൻ ഒന്നാം പാഠം പഠിച്ചു.

"കിം കണന്മാർക്കു പുനരർത്ഥവുമുണ്ടായ് വരാ"

(ഓട്ടക്കയ്യൻ മന്ദന്മാർ ഒരിക്കലും നന്നാവൂല്ലാന്ന്!)

ഗാസിന്റേംചെന്നിക്കുത്തിന്റേം ഏനക്കേടുള്ളതുകൊണ്ട് കോവിന്ദൻ രാവിലെ ഏഴ് മണിക്ക് പ്രാതൽ കഴിക്കും. ഇപ്പം മണി രണ്ടായി. ടിയാൻ ചാളുവ ഒലിപ്പിച്ച് ബാക്ക് സീറ്റിൽക്കിടന്ന് ഉറക്കം തന്നെ. സാരഥിക്കും വിശപ്പുണ്ടാവും. ടിയാൻ ഉറങ്ങുമ്പോൾ കോവിന്ദനാണല്ലോ കാര്യസ്ഥൻ. വഴിയോരക്കടയിൽ വണ്ടി നിർത്തി. ഗുരുവിന് നിദ്രാഭംഗം വരാതെ വണ്ടു കടി കൊണ്ടതിന് കൊടുംശാപം ഏറ്റുവാങ്ങിയ കർണ്ണനെ ഓർത്തു കൊണ്ട് പൂപോലെ പുറത്തിറങ്ങിയപ്പോൾ ഡ്രൈവൻ പറഞ്ഞു.

"മൊതലാളി പതിനൊന്ന് മണിക്ക് ഇടപ്പള്ളീന്ന് പുട്ടും കാളക്കറിയും തട്ടിയതാ.. ഇപ്പം വിശക്കത്തില്ല."

കോവിന്ദനും സാരഥിയും കഴിച്ച ബില്ല് 350 രൂപ 50 പൈസ കൊടുത്ത് തിന്നാൻ വൈകിയതിന് ഫ്രീയായിക്കിട്ടിയ ചെന്നിക്കുത്തു മായി ബെൻസിൽ കയറിയതോടെ ഒന്നാം പാഠത്തിന്റെ വർക്ക് ബുക്ക് കഴിഞ്ഞു.

രാത്രി എട്ട് മണിക്ക് ഓടിയോടി എവിടെയോ .. കൃഷ്ണപുരമോ രാമപുരമോ എന്തരോ.. എത്തി. ടിയാൻ ഞെട്ടിയെഴുന്നേറ്റ് അനുഗ്രഹിച്ചു.

"ആദ്യം കാണുന്ന ഡാമ്പയിൽ ശടകം നില്ക്കുമാറാകട്ടെ."

"അടിയൻ."

"കോവിന്ദനും ടിയാനും ഡ്രൈവനും മട്ടൻ മപ്പാസ്, താങ്കടി ചിക്കൻ, തണ്ടുരി റോട്ടി, മിക്സഡ് ഫ്രൈഡ് റൈസ് ഇത്യാദി മൂക്ക് മുട്ടെ തട്ടി. മൂക്കിൽ മുട്ടുമ്പം മൊതലാളിക്ക് മദ്യാസക്തിയുണ്ടാകും. (സാധാരണ ക്കാർ ആദ്യം മദ്യം പിന്നെ ഭക്ഷണം എന്ന ക്രമത്തിലാണല്ലോ)

ടിയാൻ തൊട്ടുരിയാടാതെ സോമ്നാബുലിസക്കാരനെപ്പോലെ ചാരോട്ട് കൊട്ടാരത്തിലേക്ക് കുലശേഖര പെരുമാൾ പണിഞ്ഞ തുരംഗ ത്തിലൂടെ ബാറിലേക്ക് നടന്നു. ടിയാൻ എട്ടടി നടന്നതും പത്മനാഭപുരം പാലസിൽ വെയ്റ്റ് ചെയ്യുകയായിരുന്ന വെയ്റ്റർ ബില്ലുമായി ചാടിവീണു. ഡ്രൈവർ ബീഡിവലിക്കാൻ പുറത്തേക്ക് പോയി.

കോവിന്ദനും ബില്ലും മാത്രം! 10 മിനിറ്റ് നേരം ബില്ല് കഴിഞ്ഞാഴ്ച പെറ്റിട്ട തെരുവ് പട്ടിക്കുട്ടിയെപ്പോലെ കോവിന്ദനെ നോക്കി മിണ്ടാതെ കിടന്നു. 15 മിനിട്ടായപ്പം വെറുതേ ഒന്ന് വാലാട്ടി. 20 മിനിറ്റായതും പമ്മി പ്പമ്മി വന്ന് കാല് രണ്ടും മണത്തിട്ട് ഓടിക്കളഞ്ഞു. 30 മിനിറ്റായപ്പോൾ

ഞാൻ നിങ്ങടെ കൂടെയേ വരൂ എന്ന് വാശിപിടിച്ചു. 40 മിനിറ്റായപ്പോൾ വെയിറ്റർ മുരുകൻ "പാവമല്ലേ സാറേ കൂടെ കൊണ്ടുപോ" എന്ന് ആജ്ഞാപിച്ചു. 45 മിനിട്ടായതും വിവാഹവാഗ്ദാനം നല്കി പീഢിപ്പിച്ചിട്ട് ഒഴിവാക്കുന്നോ കശ്മലാ എന്ന് കണ്ണുരുട്ടി. ഞെട്ടിത്തെറിച്ച കോവിന്ദൻ 2000 ത്തിന്റെ നോട്ടെടുത്ത് പെരുംജീരകത്തിന്റേം പല്ലുകുത്തീടേം ഇടയിൽ തള്ളി. ബാക്കി കിട്ടിയ 650 ൽ 50 രൂപ ടിപ്പ് കൊടുത്ത് ടിപ്പുസുൽത്താനായി പുറത്തിറങ്ങിയതും അതാ തുരങ്കം താണ്ടി ടിയാനും എത്തി. "ദെ കെയിം ടുഗതർ!" (അതല്ലേ ഭാഗ്യം).

4 ദിവസം നീണ്ട യാത്രയിൽ 3 നേരം വീതം തിന്നതിന്റെകണക്കു മുഴുവൻ സവിസ്തരം പറഞ്ഞ് സ്വാഗതപ്രാസംഗികനെപ്പോലെ വായനക്കാരനെ അക്ഷരവൈരിയാക്കാൻ ഉദ്ദേശമില്ലാത്തതുകൊണ്ട് ബാക്കിയെല്ലാം ഊഹക്കച്ചവടത്തിന് വിടുന്നു.

6 മാസം മുൻപ് ഒരു ഇംഗ്ലീഷ് ഒന്നാം തീയതി ആറാം ക്ലാസിൽ കൂടെ പഠിച്ച നിർമ്മൽ കൃഷ്ണ കാണാൻ വന്നത് കോവിന്ദൻ ഓർത്തു. 27 വർഷം കഴിഞ്ഞുള്ള ഈ കൂടിക്കാഴ്ചാവേളയിൽ മദ്യമില്ലെങ്കിൽ മരിക്കുമെന്ന് നിർമ്മൽ ആണയിട്ടു. ഒന്നാം തീയതിയാണ് അന്തോണി ജയന്തിയാണ് എന്നൊക്കെ പറഞ്ഞിട്ടും നിർമ്മൽ വിടാൻ ഭാവമില്ല. ഒടുവിൽ മരിപ്പൊഴിവാക്കാൻ ബ്ലാക്ക് ആന്റ് വൈറ്റ് ടിയാനെ വിളിച്ചു.

"ആഗതനാകൂ" എന്ന് ടിയാൻ

കോവിന്ദനെ കണ്ടതും ടിയാൻ റിമോട്ടിൽ സ്വിച്ച് അമർത്തി. ഗേറ്റ് താനേ തുറന്നു.. വിശാലമായ ലോണും (പാവങ്ങൾക്ക് മാത്രമല്ല പണക്കാർക്കും ലോണുണ്ട്) 16 കമനീയമായ വാതിലുകളും കടന്ന് അന്തഃപുരത്തിന് വലത്തേക്ക് തിരിഞ്ഞ് സിമ്മിങ് പൂളിനരികിൽ ശിവാജി ഗണേശന്റെ വീട്ടിൽ ചുള്ളിക്കാട് കണ്ട മാതിരി മിനിബാറിലെത്തി.

"ഇഷ്ടമുള്ളത് എടുത്തോളൂ"ന്ന് ടിയാൻ

കൂട്ടത്തിൽ ഏറ്റവും വില കുറഞ്ഞ കുപ്പിപൊക്കി നിർമ്മലിനെ രക്ഷിച്ചു.

പിറ്റേന്നു മുതൽ എന്നും രാവിലെ പ്രഭാതം പൊട്ടി വിടരുമ്പോഴും നേരം പരപരാന്ന് പെലരുമ്പോഴും മൊബേലിൽ ടിയാന്റെ വക ക്ലിം ക്ലിം സന്ദേശങ്ങൾ.

"ഗുഡ് മോണിങ് ടിൽ മോണിങ്."

"ലൈറ്റണയ്ക്കാൻ മറന്നാലും കതകടയ്ക്കാൻ മറക്കരുത്."

"മുറ്റത്തെ ചെപ്പിനടപ്പില്ല"

"കാളകിടക്കും കയറോടും."

തുടർച്ചയായി 20 ദിവസം പഴഞ്ചൊല്ലുകളും ഉപദേശങ്ങളും ആശംസകളും. ചൊടുക്കു ഫോണിന്റെ മെമ്മറി നിറഞ്ഞു. ഒടുവിൽ മഷിനോട്ടക്കാരൻ പാമ്പുവേലായുധന് 10 രൂപ കൊടുത്ത് "ദൈവപ്രശ്നം" വപ്പിച്ചതിൻ പ്രകാരം ബിവറേജിൽ ക്യൂ നിന്ന് ഒരു നാടൻ മെയ്ഡ് ഫോറിൻ മദ്യം സംഘടിപ്പിച്ച് 2 പാക്കും ഒരു വെറ്റിലയും ചേർത്ത് ടിയാന്റെ കാല്

ക്കൽ സമർപ്പിച്ചു. അന്നുമുതൽ ക്ലിം ക്ലിം നിലച്ചു. അതായിരുന്നു പാഠം രണ്ട്. (പക്ഷേ, ഹോം വർക്ക് നേരെ ചെയ്യാത്തോണ്ട് ഗതി പിടിച്ചില്ല. കൊച്ചിന് ഫീസടയ്ക്കാനെന്നും പറഞ്ഞ് പതിനായിരം അടിച്ചുമാറ്റിയ കാലടിഗോപന്റെന്ന് പൈസ ഇതുവരേം കിട്ടിയിട്ടില്ല. വർഷം നാലായി)

ചില മഹാസംഭവങ്ങൾ നടന്നാൽ ലോകം പിന്നൊരിക്കലും പഴയതുപോലെ ആയിരിക്കില്ലെന്ന് എതോ ഭ്രാന്തൻ മഹാമാരി വരുമ്പോൾ പറയാൻ വച്ചിരിക്കുന്നത് മുൻകൂറായി മോട്ടിച്ചോട്ടേ.. (എഴുത്തുകാരന്റെ തനതു ഗുണം മോഷണമാണല്ലോ!) എല്ലാം പെട്ടെന്നായിരുന്നു. കാലചക്രം കുഴഞ്ഞുമറിഞ്ഞു. എട്ടുവീട്ടിൽ പിള്ളമാരെ ഓട്ടിച്ച് ചായക്കട ദാമു വഞ്ചിനാടിന്റെ കൺട്രാക്കായി.

കൺട്രാക്ക് പാതിരാത്രി 12 മണിക്ക് പെടുക്കാൻ പോണ പോക്കിന് നാളെ മുതൽ 10 രൂപാ തുട്ടിന് പുള്ളിക്കാരന്റെ വാക്കിന്റത്ര വിലയേ കാണൂന്ന് കല്പിച്ചു. 10 രൂപ തുട്ടും കൊണ്ട് നടക്കുന്ന ബ്ലഡി ഗ്രാമവാസീസിനെ കണ്ടാൽ തട്ടിക്കളയുംന്ന് വിളംബരം ചെയ്തു. കൃമിടെ ശല്യം കാരണം തിരിഞ്ഞും പിരിഞ്ഞും കിടന്നിട്ടും ഉറക്കം വരാത്ത വേവിനാണ് ഈ കടുംകൈ ചെയ്തത്! കണക്കപിള്ള രഘുപതി രാഘവ രാജാറാം പോലും പിറ്റേന്നാണ് ഈ വിവരം അറിയുന്നത്. (പതീത പാവന സീതാറാം എന്ന് പാടിക്കൊണ്ട് രാജാറാം രായ്ക്ക് രാമാനം നാടുവിടുകയും അനന്തരം ടൂട്ടോറിയൽ കോളേജിൽ ഹിസ്റ്ററി പഠിപ്പിക്കുന്ന വേട്ടാവളിയൻ ശങ്കൂനെ കണക്കപ്പിള്ളയായി കല്പിച്ച് ഉത്തരവാവുകയും ഉണ്ടായി)

ബ്ലാക്ക് ആന്റ് വൈറ്റ് കോടീശ്വരന്റെ ബ്ലാക്ക് മണി നാം നിരീച്ച മാതിരി 500 കോടിയല്ല, അതുക്കും മേലെ 1000 കോടിയുണ്ടായിരുന്നു (X=2). എല്ലാം പത്തിന്റെ തുട്ട്. മൊത്തം അടങ്കല് കൊടുക്കാമെങ്കിൽ "തീട്ടത്തിൽ തരി പെറുക്കി" എന്ന് വിളിപ്പേരുള്ള പെട്രോൾ പമ്പ് പ്രഭാകരൻ 10 ന് 7 വച്ച് 1000 കോടിക്ക് 700 കോടീടെ ഒറ്റരൂപാ തുട്ട് കൊടുക്കാമെന്ന് ഏറ്റു. ടിയാൻ 1000 കോടീടെ 10 രൂപാ തുട്ട് ബെൻസ് കാറിൻ നിറച്ച് ഡ്രൈവറിന്റെൽ കൊടുത്തയച്ചു. സെക്യൂരിറ്റിക്ക് എം ബി എ ക്കാരിയും സുന്ദരിയുമായ മോളേയും വിട്ടു. മൂന്നാം ദിവസം വെളുപ്പിന് താനും ഡ്രൈവറും ബെൻസും 700 കോടിയും തമിഴ്നാട്ടിലെ ഉസ്ലാംപട്ടിയിലുണ്ടെന്നും തേടിവന്നാൽ ചുട്ടിടുമെന്നും മകൾ കോടീശ്വരന് കമ്പിയയച്ചു. അങ്ങനെ ബ്ലാക്ക് മണി 3G.

ടിയാന്റെ കൂടെ ട്യൂഷന് പോയത് വേസ്റ്റായല്ലോന്നോർത്ത് കുന്തിച്ചിരുന്ന കോവിന്റെപുരയിൽ ഒരു ടാക്സി വന്നു നിന്നു. മൂന്ന് തടിച്ച ബാഗുകളുമായി മുതലാളിച്ചി സൂസൻ മേരി വർഗ്ഗീസ്!

"പെട്ടിയെടുത്ത് അകത്ത് വയ്യെടാ."

"എന്താ ചേച്ചീ ഭയങ്കര കനം"

"ചേച്ചീന്ന് വിളിക്കണ്ട.. സൂസൻ ന്ന് വിളിച്ചാ മതി... സൂസുന്നും വിളിക്കാം."

"ഈ പെട്ടീല് അങ്ങേരുടെ വൈറ്റ് മണി 500 കോടിയുണ്ട്. എന്റെ അപ്പൻ വർഗ്ഗീസ് മാപ്പിള കൊടുത്ത സ്ത്രീധനം വച്ചാ ആ പന്നി ഇത്രേം ഒണ്ടാക്കിയത്."

"അപ്പോ മൊതലാളി?"

"പൂവാൻ പറ.. അങ്ങേർക്ക് സംഗതികളും കാര്യങ്ങളും ഒന്നും ഇല്ല.. നീ കണ്ടു കാണുമല്ലോ... പറ്റിച്ച് കെട്ടിയതാ... നാറി."

സൂസൻ ഷാളഴിച്ച് ചൂരൽക്കസേരയിലിട്ട് സ്വതന്ത്രയായി. ഡൈനിങ് ടേബിളിനു മുകളിൽ കയറിയിരുന്ന് ധീരയായി. കാലുകളാട്ടി ചരിത്രപരമായ വിഴുപ്പു മുഴുവൻ കുടഞ്ഞു കളഞ്ഞു. എണീറ്റ് കുറച്ചു നേരം ജനലിലൂടെ ശുദ്ധവായു ശ്വസിച്ചിട്ട് കട്ടിലിൽ വന്നിരുന്നു.

ഇനി നിനക്ക് ഞാൻ ട്യൂഷനെടുക്കാം. അഴിച്ചാം പിഴിച്ചാം ഒന്നേന്ന് തൊടങ്ങാം.

പാഠം ഒന്ന്: "വാണിയന് കൊടുക്കാത്തത് വൈദ്യൻ കൊണ്ടു പോകും."

ബാക്കി പിന്നെ... നീ കതകടയെടാ..

ഓൾഡ് മങ്കും ഓഞ്ഞ കവിതകളും

നൂറ്റിയെട്ട് കിലോ ഭാരവും ഏഴടിപ്പൊക്കവും ഒത്ത കുടവയറും ഇവയുമായി ഒട്ടും മാച്ച് ചെയ്യാത്ത വിധം പെണ്ണുങ്ങളുടേയോ കുട്ടികളുടേയോ സച്ചിൻ തെണ്ടുൽക്കറുടേയോ ശബ്ദമുള്ളവനും ആയ കവിയശ:പ്രാർത്ഥി ലോകമഹാകവിയും ലബ്ധപ്രതിഷ്ഠനും സർവ്വോപരി കൃശഗാത്രനുമായ മെഹ്ബൂബ് മഹേഷ് മങ്കടയോടൊപ്പം ഒരൂസത്തേയ്ക്ക് വാടകയ്ക്കെടുത്ത ഡ്രൈവറോടുകൂടിയ സ്വന്തം കാറിന്റെ പുറകിലത്തെ സീറ്റിലിരുന്ന് ഇപ്രകാരം ഉവാച:

"ഒരു കുപ്പി റമ്മും അഞ്ച് കവിതകളുമുണ്ട്. ആദ്യം ഏതെടുക്കട്ടെ പ്രഭോ?"

റമ്മെന്നു പറയുമെന്നുള്ള യശ:പ്രാർത്ഥിയുടെ ധാരണ തെറ്റിച്ചു കൊണ്ട് കൃശഗാത്രൻ ഉവാച:

"കവിതയായ്ക്കോട്ടെ"

യശ:പ്രാർത്ഥി ഫയലു തുറന്ന് A4 Size പേപ്പറിൽ കുനുകുനാ എഴുതിവച്ച കവിതകൾ പുറത്തെടുത്തു. ഓടിക്കൊണ്ടിരിക്കുന്ന വണ്ടിയിലിരുന്ന് വായിക്കുന്നത് വെർട്ടിഗോയ്ക്ക് കാരണമാകുമെന്നറിയുന്നതുകൊണ്ടും തന്റെ കൈയക്ഷരം മറ്റുള്ളവർക്ക് വായിക്കാൻ വിഷമമായേക്കുമെന്നതിനാലും 50 വയസ്സു കഴിഞ്ഞ കൃശഗാത്രന് വെള്ളെഴുത്ത് തുടങ്ങിയിരിക്കാനുള്ള സാദ്ധ്യത പരിഗണിച്ചും യശ:പ്രാർത്ഥി സ്വയം വായിക്കാൻ മുരടനക്കി.

"ഞാൻ വായിച്ചോളാം"

എന്ന് ഉവാചിയിട്ട് കൃശഗാത്രൻ കം ലബ്ധപ്രതിഷ്ഠൻ പേപ്പർ തട്ടിപ്പറിച്ചു.

ചില ഓന്തുവായൻ കവികളെപ്പോലെ ഓരോ വരിയും 3 പ്രാവശ്യം മൊഴിചൊല്ലിയാലോ എന്ന് കക്ഷി പേടിച്ചു. പുള്ളിയാരാ മോൻ!

5 X 3 = 15 പേജുള്ള കവിതകൾ 2 മിനിട്ട് 45 സെക്കന്റുകൊണ്ട് പഠിച്ച് പാളയിൽ കെട്ടിയ ശേഷം കൃശഗാത്രൻ ഉവാച:

"ഇനി മദ്യമാവാം"

യശ: "വെള്ളമോ സോഡയോ?"

കൃശ: "സോഡ"

ഒരു ഗ്ലാസ്സ് അണ്ണാക്കിലേക്ക് കമിഴ്ത്തിയിട്ട്

കൃശ: "തന്റെ പുസ്തകത്തിന് അവതാരികയെഴുതിയ പന്നിയാരാണ്?"

യശ: "വകയിലൊരു സാറായിട്ടു വരും"

കൃശ: "താൻ വലിയ സിംഹമാണെന്നാണല്ലോ തിരുമണ്ടൻ പറയുന്നത്"

യശ: "വാത്സല്യംകൊണ്ട് എഴുതിപ്പോയതാണ്. തിരുവുള്ളക്കേടു തോന്നി മാപ്പാക്കണം"

കൃശ: "അക്ഷന്തവ്യം! അണ്ടിയുണ്ടല്ലോ ചവയ്ക്കാൻ.. ഐ മീൻ കാഷ്യുനട്ട്?"

യശ: "റാൻ"

കൃശ: "സിഗററ്റ്?"

യശ: "ഒപ്പിക്കാം"

കൃശ: "എന്നാൽ ഒരു കുറ്റി വിൽസ് വാങ്ങിയിട്ട് പാലത്തിനടിയിൽ നിർത്തുക"

യശ: "കുറ്റി?"

കൃശ: "10 X 10 = 100 സിഗററ്റിന്റെ ഷിപ്പർ പായ്ക്ക്"

യശ: "അടിയൻ.. പാലം?"

കൃശ: "പുഴയിലേക്ക് നോക്കി പെടുക്കേം വലിക്കേം വേണം"

യശ: "വലിക്കേം പെടുക്കേം ആയാലോ?"

കൃശ: "പോര, തിരിച്ചാ ശീലം"

പെടുപ്പും വലിയും കഴിഞ്ഞ് രണ്ട് പെഗ്ഗ് അകത്താക്കി ചിറി തുടച്ചിട്ട്

കൃശ : "കൊള്ളാവുന്ന കവിതകൾ വായിക്കണം"

യശ: "അതായത്...?"

കൃശ : "നോം എഴുതിയത് വായിച്ചാൽ പോതും"

യശ: "റാൻ"

കൃശ: "എന്നാൽ ഉണ്ണുകയല്ലേ?"

യശ: "ഡ്രൈവറേം കൂട്ടുകയല്ലേ?"

കൃശ: "വേണ്ട, ഉണ്ണുന്നേടത്ത് പറ്റുനോക്കും"

യശ: "ഉണ്ണാൻ പരിപ്പോ സാമ്പാറോ?"

കൃശ : "ബീഫും കരിമീനും"

ഊണ് കഴിച്ച് ആലപ്പുഴ മുതൽ ഉറക്കമായ കൃശൻ വണ്ടി ഓടിയലഞ്ഞ് തമ്പാനൂരെത്തിയിട്ടും ഉണരുന്നില്ല.കുലുക്കീട്ടും വിളിച്ചിട്ടും അനക്കമില്ല. മണിക്കൂർ 5 ആയി. "എന്തരോ പന്തികേട് ഒണ്ട് സാറേ"ന്ന് ഡ്രൈവറും പറഞ്ഞപ്പോ പേടിച്ചു. നൂരെ PRS ഹോസ്പിറ്റലിൽ കൊണ്ട് ചവിട്ടി. പരിചയക്കാരനായ പ്രതാപൻ ഡോക്ടർ യശ:പ്രാർത്ഥിയെ മാറ്റി നിർത്തി പറഞ്ഞു.

"ഇപ്പം കൊണ്ടുവന്നത് നന്നായി. വൈകിയെങ്കിൽ തട്ടിപ്പോയേനേ.. സോഡിയം, പൊട്ടാസ്യം, മഗ്നീഷ്യം, സിങ്ക് ഇത്യാദി ആവർത്തനപ്പട്ടികയിലെ 118 മൂലകങ്ങളിൽ ഒന്നുപോലും ദേഹത്തില്ല."

രാത്രി 11 ന് ഡിസ്ചാർജ്ജ് ചെയ്തു. 17000 രൂപേടെ ബില്ലുകെട്ടി കൃശയെ ഹോട്ടലിൽകൊണ്ട് തട്ടി തിരിച്ചുപോകുമ്പോൾ ഡ്രൈവർ ചോദിച്ചു.

"എന്തിനാ സാറേ ഇവന്മാരെ ഇങ്ങനെ ചൊമക്കണത്?"

"കെ പി കേശവമേനോൻ സാറിനോട് പറഞ്ഞ് *മാതൃഭൂമി*യിൽ കവിത ഇടീക്കാനാ"

കുസൃതിക്കാരനായ ഡ്രൈവർ അലക്സ് മിണ്ടാതെ കുനിഞ്ഞിരുന്ന് വണ്ടിയോടിച്ചു. അംബരചുംബികളായ കെട്ടിടങ്ങൾ ആദ്യമായി അയാളെ ഹഠാദ്ദാകർഷിച്ചില്ല!

പണ്ട് പണ്ട് അബദ്ധം പറ്റി കല്യാണം കഴിച്ചതിന്റെ പിറ്റേ ആഴ്ച ഹണിമൂണിന് വയനാട്ടീന്ന് മൈസൂറിലേക്ക് കാറോടിച്ച് പോകുമ്പോൾ ഫോറസ്റ്റ് ഗാർഡ് ഇപ്രകാരം ഉപദേശിച്ചത് യശ: പ്രാർത്ഥി ഓർത്തു.

"ഓർക്കാപ്പുറത്ത് കാട്ടാന നടുറോഡിൽ കാറിന് തൊട്ടുമുന്നിൽ എത്തുകയാണെങ്കിൽ പേടിക്കരുത്, നിലവിളിക്കരുത്, ഒച്ചയുണ്ടാക്കരുത്, ഹോണടിക്കരുത്.. ശ്വാസം വിടാതെ. അനങ്ങാതെ ഇരിക്കണം.. അനയങ്ങ് പൊയ്ക്കോളും.

20 വർഷങ്ങൾക്കുശേഷം ഇതിപ്പം ഓർക്കാൻ അവസരം വന്നത് മൂന്നീസം കഴിഞ്ഞാണ്.

പൊന്ന് ഉരുക്കുന്നിടത്ത് പൂച്ചയ്ക്ക് എന്തു കാര്യം എന്ന വാകൃത്തിലെ രണ്ടാമത്തെ വാക്കിൽ നിന്നുമെടുത്ത "ഉ" എന്ന പേരിൽ അറിയപ്പെടുന്ന സാഹിത്യ സമ്മേളനം നടക്കുന്ന ചന്തയിൽ അദ്ധ്വാനിച്ചുണ്ടാക്കിയ 250 രൂപ കൊടുത്ത് യശ: പ്രാർത്ഥി കേറി.

108 കിലോ ഭാരവുമായി കാട്ടാനയെപ്പോലെ തുമ്പിക്കൈ ആട്ടിയാട്ടി നടക്കുമ്പോൾ ക്ലോസപ്പിൽ കൃശഗാത്രൻ കം ലബ്ധപ്രതിഷ്ഠനും കാമുകിയും. ഫോറസ്റ്റ് ഗാർഡിന്റെ ഉപദേശം ടിയാനും കിട്ടിയെന്ന് തോന്നുന്നു.

മിണ്ടാതെ
നിലവിളിക്കാതെ
മുച്ച് വിടാതെ
ഹോണടിക്കാതെ
അനങ്ങാതെ
അങ്ങനെ നിന്നു.

തുമ്പിക്കൈ ആട്ടിയാട്ടി യശഃപ്രാർത്ഥി നടന്നകന്നു. വലിയ സൈസിലും ചെറിയ സൈസിലും ഇടത്തരം സൈസിലുമുള്ള "ഉ" കൾ എമ്പാടും കെട്ടിത്തൂക്കിയിട്ടിരുന്നത് യശഃപ്രാർത്ഥി ഒഴികെ എല്ലാരും കണ്ടു.

പിയർ ഗ്രൂപ്പ് പപ്പനും തൊലിഞ്ഞ കോയിൻസിഡൻസും

കട്ടി വാക്കുകൾ എഴുതി ഞെട്ടിക്കുകയാണെങ്കിൽകുട്ടിമാമേ, ഞങ്ങൾ കൂട്ടു വെട്ടി സോളമന്റെ ഉത്തമഗീതങ്ങൾ ഉപേക്ഷിച്ച് മംഗളന്റെ അധമഗീതങ്ങളിലേക്ക് പോകും എന്ന് ഭീഷണി ഉയർത്തിയവർക്കുവേണ്ടി പിയർ ഗ്രൂപ്പിന്റെ (Peer Group) അർത്ഥം ആദ്യമേ പറയാം.

പ്രായം കൊണ്ടും പദവി കൊണ്ടും താല്പര്യം കൊണ്ടും ഒരേ തൂവൽപ്പക്ഷികളായിട്ടുള്ള മൃഗങ്ങളെയാണ് സായിപ്പ് പിയർ ഗ്രൂപ്പ് എന്ന് വിളിക്കുന്നത്.

പുന്നവിള സർക്കാർ വിലാസം സ്ക്കൂളിൽ പഠിക്കാൻ ഭാഗ്യമുണ്ടായതു കൊണ്ട് കോവിന്ദന് ഒരു ഹെഡ്രോജനസ് (Heterogenous) പിയർ ഗ്രൂപ്പിനെ കിട്ടി. തോട്ടിയുടെയും തട്ടാന്റെയും ഗുമസ്തന്റെയും വൈദ്യന്റെയും മക്കൾ സോദരത്വേന വാഴുന്ന മാതൃകാ പഠിപ്പുമുറി എന്നു സാരം. വളർന്നു വലുതാവുമ്പോൾ ക്രോസ് മൾട്ടിപ്ലിക്കേഷനിലൂടെ തോട്ടിയുടെ മകൻ ഡോക്ടറും ഡോക്ടറുടെ മകൻ തോട്ടിയുമാകും. അങ്ങനെ ദൈവത്തിന്റെ സോഷ്യലിസം നടപ്പാവും.

ഇന്നത്തെ പിള്ളേർ ഹോമോജനസ് (Homogenous) പിയർ ഗ്രൂപ്പ് മാത്രമുള്ള അൺഎയിഡഡ് സ്കൂളിൽ ടൈയും കെട്ടിപ്പോകുന്ന ഭാഗ്യദോഷികളത്രേ! ഒരു ക്ലാസിൽ എല്ലാരും ഡോക്ടരുടേയോ എഞ്ചിനിയറുടേയോ മക്കളായിരിക്കും. ഒരുത്തനും രക്ഷപ്പെടത്തില്ല. ഇംഗ്ലീഷറിയില്ല മലയാളവുമറിയില്ല. ഒടുവിൽ സ്വകാര്യ എഞ്ചിനിയറിങ് കോളേജിൽ പഠിച്ച് സപ്ളി എഴുതിയെഴുതി മടുക്കുമ്പം കല്യാണം കഴിക്കാൻ വേണ്ടി മൊബൈൽ ഫോണിന്റെ ഷോപ്പ് തുടങ്ങും.

പറഞ്ഞുപറഞ്ഞ് കാടു കയറാതെ പിയർഗ്രൂപ്പിലേക്ക് വരാം. തന്തതള്ളമാരിൽനിന്നും 25% ഗുരുവിൽനിന്നും 25% പുസ്തകങ്ങളിൽ നിന്നും 25% (മാതാ/പിതാ ഗുരു ദൈവം) ബാക്കി 25% പിയർ ഗ്രൂപ്പിൽ നിന്നും പഠിക്കണമെന്നാണല്ലോ പണ്ഡിതമതം. തന്തേടേം തള്ളേടേം 25% "അത്ചെയ്യരുത്, ഇത്ചെയ്യരുത്" എന്നായതുകൊണ്ട് നുമ്മ വിട്ട്. ഗുരു നാഥന്റെ വക അശോകന്റെ ഭരണ പരിഷ്കാരങ്ങൾ, സൈൻതീറ്റ, ബുൻ സൻബർണർ ഇത്യാദി പരോപകാരമില്ലാത്ത കാര്യങ്ങളായതിനാൽ അതും വിട്ട്. ഭാഷാദ്ധ്യാപകർ മുറ്റുവെന, പറ്റുവെന എന്നൊക്കെ പഠിപ്പിച്ച് സാഹിത്യത്തെ വെനമസ്സാക്കി തീർത്തതുകൊണ്ട് പുസ്തകം കണ്ടാൽ ത്തന്നെ ഓടിക്കളയും. ആകെ ആശ്വാസം 25% പിയർ ഗ്രൂപ്പ് ലേണിങ് ആണ്.

* കുട്ടപ്പായി നിന്നോണ്ട് മൂത്രമൊഴിക്കുമ്പോൾ തങ്കമണി ഇരുന്നോണ്ട് മൂത്രമൊഴിക്കുന്നത് എന്തുകൊണ്ട്?

* കരളിന് കാലുണ്ടോ?

* പത്താം ക്ലാസിൽ 2 പ്രാവശ്യം തോറ്റാൽ മൂത്രമൊഴിക്കുന്നിടത്ത് മുടി പൊടിക്കുമോ?

* അപ്പുറത്തെ വീട്ടിൽ അടിനടക്കുമ്പോൾ അമ്മ കതകടച്ചും റേഡിയോ വച്ചും ഓടിച്ചുവിടുന്ന വാക്കുകളുടെ അർത്ഥമെന്താണ്?

ഇത്യാദി ശാസ്ത്രസാഹിത്യപരിഷത്തിന്റെ "എന്തുകൊണ്ട്? എന്തു കൊണ്ട്? എന്തുകൊണ്ട്?" എന്ന പുസ്തകത്തിൽ ഇല്ലാത്ത 1001 ചോദ്യ ങ്ങളുടെ ഉത്തരം കണ്ടെത്തുന്നത് പിയർ ഗ്രൂപ്പ് ലേണിങ്ങിലൂടെയാണ്.

കോവിന്ദൻ പഠിച്ച സ്കൂളിൽ ഒന്നുമാറി ഒന്നെന്ന നിലയ്ക്ക് ടീച്ചർ മാർ സദാ ഗർഭിണികളാവുന്നതുകൊണ്ട് മിക്കപ്പോഴും ഗുരുനാഥയില്ലാതെ അനാഥയാവുന്ന ക്ലാസ് മുറികൾ പിയർ ഗ്രൂപ്പ് ലേണിങ്ങിന്റെ വിളനില ങ്ങളത്രേ!

പിയർ ഗ്രൂപ്പ് പപ്പനാണ് കോവിന്ദന്റെ സ്വകാര്യ ഗുരു. എല്ലാ ചോദ്യ ങ്ങളും അവൈലബിൾ പി ബിയിൽ അവതരിപ്പിക്കാൻ പറ്റാത്തതുകൊണ്ട് പപ്പന്റെ ട്യൂഷൻ തേടും. 5 പുളിങ്കുരുവും 2 ഈച്ചമുട്ടായിയുമാണ് ദ്വൈവാര ഫീസ്.

എട്ടാം തരത്തിൽ പഠിക്കുമ്പോൾ കോവിന്ദൻ പപ്പനോട് ചോദിച്ചു:

"ഈയിടെയായി പെൺകുട്ടികളോട് കൂട്ടുകൂടാൻ തോന്നുന്നു. ഇതൊരു കുറ്റമാണോ സാറേ?"

പില്ക്കാലത്ത് നാലപ്പാട്, മാധവിക്കുട്ടിയോട് ചോദിച്ചതായറിഞ്ഞ ഈ ചോദ്യം കേട്ട് പപ്പൻ മൊഴിഞ്ഞു:

"തോന്നുന്നുണ്ടെങ്കിൽ നന്ന്. ഇല്ലായിരുന്നെങ്കിൽ നിന്നെ ഞാൻ കാലുവാരി നിലത്തടിച്ച് കൂട്ടും വെട്ടിയേനേ"

"പ്രശ്നം തെളിഞ്ഞ സ്ഥിതിക്ക് പരിഹാരം?"

“വളയ്ക്കണം. ഇഷ്ടമുള്ള പെണ്ണിനെ കണ്ടുപിടിച്ച് വളയ്ക്കണം. വളയാനൊര് എളുപ്പവഴിയുണ്ട്. സൈക്കിൾ വാങ്ങണം. സൈക്കിളിൽ ചെത്തിപ്പോണ നിന്നെക്കണ്ടാൽ ഏതു പെണ്ണും വീഴും.”

മൂന്നുമാസം നിരാഹാരം കിടന്ന് ഗാന്ധിമാർഗ്ഗത്തിലൂടെ സിന്താർ മണി വൈദ്യന്റേന്ന് സെക്കന്റ്ഹാൻഡ് സൈക്കിൾ സ്വന്തമാക്കി. അലുമിനിയം ട്രങ്കുപെട്ടി (അതൊരു ജാഡയല്ലായിരുന്നെന്ന് പെട്ടെന്നൊരു ദിവസം ഇടിവെട്ടിയപോലെ (Bolt from the blue) യാണ് വെളിപ്പെട്ടത്) ഒഴിവാക്കി 20 പുസ്തകങ്ങൾ കറുത്ത കട്ടി റബ്ബർബാന്റിട്ടുകെട്ടി കാരിയറിന്റെ സ്റ്റീൽ സ്പ്രിങ്ങിൽ വച്ച് ഇറക്കം വാക്കിന് രണ്ടു കൈയും വിട്ട് പോകുമ്പോൾ നരേൻ കാർത്തികേയൻ ഫോർമുല 1 ഓടിക്കുന്ന ഗമയാമിരുന്നു കോവിന്ദന്. പക്ഷേ, ഒരുത്തിയും തിരിഞ്ഞുനോക്കിയില്ല.

നെവർ ക്വിറ്റ് എന്ന് കോടീശ്വരൻ ആകാൻ ക്ലാസെടുക്കുന്ന പി പി അജയൻ സാറ് പറഞ്ഞതനുസരിച്ച് 8 വർഷം സൈക്കിളോടിച്ചു. ഒടുവിൽ സൈക്കിളോടിക്കുന്നതിന്റെ ഉദ്ദേശലക്ഷ്യമേ മറന്നിരുന്ന വേളയിൽ ഹെൽത്ത് ഇൻസ്പെക്ടർ ആയി ജോലി കിട്ടിയ പപ്പനെ വീണ്ടും കണ്ടു. പപ്പന്റെ അച്ഛൻ ചെയ്തിരുന്ന ജോലി കോവിന്ദനും കിട്ടി.. തോട്ടിപ്പണി.

“സൈക്കിളിന്റെ ട്രെന്റ് മാറിയെടാ... ഇപ്പോ ബൈക്കാണ് താരം... 100 സി സി ബൈക്കെടുത്തോണ്ട് ഒന്ന് കറങ്ങി നോക്ക്.. പെമ്പിള്ളേര് എപ്പം വീണെന്ന് ചോദിച്ചാ മതി.”

പിന്നെ ഒട്ടും അമാന്തിച്ചില്ല. രാത്രീം പകലും തോട്ടിപ്പണിചെയ്ത് ബൈക്ക് സ്വന്തമാക്കി. മൈക്കേൾ ഷുമാക്കറായി. ഒരുത്തിയും വന്നില്ല.

വിന്നേഴ്സ് നെവർ ക്വിറ്റ്, ക്വിറ്റേഴ്സ് നെവർ വിൻ!

എന്നാണല്ലോ...5 വർഷം ഓടിച്ചു.

നോ ഫലം !

ആപതി കിം കരണീയം?

(ഇനി എന്ത് ചെയ്യും?)

“ഇന്ത്യ അമേരിക്കേടെ 20 വർഷം പുറകിലാണെന്ന് പറയുമ്പോലെയാണ് നിന്റെ കഥ. നീ ബൈക്ക് വാങ്ങിച്ചപ്പോഴേക്കും കാറായി സ്റ്റൈൽ. ബൈക്കിന്റെ പുറകിലിരുന്നാൽ നാട്ടുകാര് കാണില്ലേ? ഒരു കാറെടുത്ത് രണ്ടേ രണ്ട് മിനിട്ട് വിമൻസ് ഹോസ്റ്റലിന്റെ പുറകിൽ പാർക്ക് ചെയ്ത് നോക്ക്, 4 പെണ്ണുങ്ങൾ വന്ന് കയറിയിരിക്കും.. പിന്നെ എക്സ്ട്രാ 3 പേരെ എങ്ങനെ ഡീൽ ചെയ്യും എന്നതായിരിക്കും കൺഫ്യൂഷൻ.”

പപ്പൻ സർപ്പമായി അറിവിന്റെ കനി കാണിച്ചതനുസരിച്ച് 45000 രൂപ കൊടുത്ത് 25 വർഷം പഴക്കമുള്ള മാരുതി 800 വാങ്ങി. 6 വർഷം ഓടിച്ചു. ചില ബ്ലഡിഗ്രാമവാസി മൂപ്പത്തികൾ അടുത്ത ജങ്ഷനിൽ നിന്നും ചോരയൊലിച്ചുകൊണ്ടിരുന്ന (as leaky as an unstanched tuna!)

ചുരമീനുമായി കാറിൽ വലിഞ്ഞുകയറുകയും 16 ആയി മടക്കിയ പത്തു രൂപ നോട്ടുതന്ന് അപമാനിക്കാൻ ശ്രമിക്കുകയും ചെയ്തതല്ലാതെ മറ്റൊന്നും ഉണ്ടായില്ല.

ഇന്നലെ ചെയ്ത അബദ്ധമാണ് ഇന്നത്തെ വിധിയെന്നും ഇന്നു ചെയ്യുന്ന അബദ്ധം നാളത്തെ വിധിയാവുമെന്നും വിധിയിൽ തൃപ്തരല്ലാത്തവർ മാറിച്ചിന്തിക്കണമെന്നും എഴുന്നള്ളിച്ചുകൊണ്ടാണ് മെൽകയ്ഡെസ് (Melquides) പി പി അജയൻ വീണ്ടും വന്നത്. ഒള്ളതും തന്നെയെന്ന് കേട്ടപ്പോൾ തോന്നി. തോന്നാനൊരു മൂലം ഇല്ലാതിരുന്നില്ല. ഈയിടെ കോയിൻസിഡൻസിന്റെ (Coincidence) കാരമുള്ളിൽത്തട്ടി കോവിന്ദന്റെ മുണ്ട് അഴിഞ്ഞുപോവുകയും ദർഭമുനകൊണ്ട ശകുന്തളയെപ്പോലെ കാല് പൊക്കി മൂത്രയശ്വാനനായി അല്പനേരം നില്ക്കുകയും പടം വരയ്ക്കാൻ ഒരു രവിവർമ്മയും വന്നില്ലെങ്കിൽ ഇരുട്ടുവീഴുമ്പം വീട്ടിൽ പോവുകയും ചെയ്യുക പതിവാണ്.

ഒന്നിൽക്കൂടുതൽ സംഗതികൾ ഒരുമിച്ച് സംഭവിക്കുകയും അവ തമ്മിൽ കാര്യകാരണ ബന്ധമുണ്ടെന്ന് ഒരു കാരണവുമില്ലാതെ തോന്നുകയും ചെയ്യുന്നതിനെയാണ് കോയിൻസിഡൻസ് എന്നു പറയുന്നത്.

ഗംഗാധരന്റെ പടുകൂറ്റൻ പൈപ്പിനു മറവിൽ വായ്ച്ചു നിന്നിരുന്ന ചേമ്പിലയിൽ കോവിന്ദൻ മൂത്രമൊഴിക്കുകയും പിറ്റേന്ന് ആവഴി നടന്നുപോയ മൂക്ക് നീണ്ട സുന്ദരിയുടെ ചോറ്റുപാത്രം കൃത്യം അവിടെയെത്തിയപ്പോൾ നിലത്തു വീഴുകയും പുളിശ്ശേരിടെ കുപ്പി പൊട്ടി മഞ്ഞ ദ്രാവകം നിലത്ത് തൂവുകയും ചെയ്തത് ചരിത്രപരവും വിധികല്പിതവുമായ കോയിൻസിഡൻസായി കോവിന്ദൻ എടുത്തു.

നമുക്ക് പരിചയമില്ലാതിരുന്ന ഒരിംഗ്ലീഷ് വാക്ക് ഒരിക്കൽ പഠിച്ചാൽ പിന്നീട് എവിടെച്ചെന്നാലും ആ വാക്ക് കാണുന്നതുപോലെ കോയിൻസിഡൻസ് തിയറി ഊട്ടിയുറപ്പിക്കാൻ അമ്പലത്തിലും ചന്തയിലും ബസ്സ്റ്റോപ്പിലും ഒരുവാതിൽക്കോട്ട ബസിൽ കണ്ടക്ടറുടെ സീറ്റിലും ഒക്കെ കോവിന്ദൻ അവളെ കാണുകയുണ്ടായി. തനിക്കുവേണ്ടി ഭൂജാതയായ പെണ്ണ് ഇതാണെന്ന് ഉറപ്പിച്ചു. പിന്നെ കുറേ ദിവസം ആ പെണ്ണിന്റെ പുറകേ നടന്നു. അവളെക്കുറിച്ച് കഥയും കവിതയും നാടകവും ജീവചരിത്രവും എഴുതി. രണ്ട് പ്രണയലേഖനം വീതം ഫിലാറ്റലിക് സ്റ്റാമ്പൊട്ടിച്ച് ഡെയിലി പോസ്റ്റ് ചെയ്തു. നിത്യം മൂന്ന് പ്രാവശ്യം നിമിത്തനിദാനമായ പൈപ്പിന്റെ മറവിൽ പോയി മൂത്രമൊഴിച്ചു.

ഒടുവിൽ ഗത്യന്തരമില്ലാതെ, നാം പ്രോആക്റ്റീവ് ആകേണ്ടതുണ്ടെന്ന് പി പി അജയൻ സാർ പറഞ്ഞതനുസരിച്ച് അവളുടെ വീട്ടിൽപ്പോയി പെണ്ണ് ചോദിച്ചു. തോട്ടിപ്പണിക്കാരന് കെട്ടിച്ചു കൊടുക്കാനുള്ളതല്ല തന്റെ എം എസ് സിക്കാരിയെന്ന് അവളുടെ തള്ളയെന്നു പറയുന്ന

പൂതന ആക്ഷേപിച്ചു. എന്നാപ്പിന്നെ കളക്ടറിന് കെട്ടിച്ചു കൊടുക്കെന്ന് പറഞ്ഞ് കോവിന്ദൻ കണ്ണീരോടെ പടിയിറങ്ങി. ഇനി പെണ്ണേ വേണ്ടെന്ന് പ്രതിജ്ഞ ചെയ്ത് ഭീഷ്മരായി. (പില്ക്കാലത്ത് കോവിന്ദന് തോട്ടിപ്പണിയിൽ പ്രമോഷൻ കിട്ടി സൂപ്പർവൈസറായപ്പോൾ ജൂനിയറായി തീട്ടം വരാൻ വന്നവനാണ് ലവളെ കെട്ടിയത് എന്ന വാർത്ത കാലത്തിന്റെ കാവ്യനീതിയോ അനീതിയോ?!)

കൈവെള്ളയിലെ രേഖകൾ തലവര പോലെ മായുകയും രാത്രിരാത്രി പൈന്റുംബീഫുമായി കുശാലായി ജന്മനാട്ടീന്ന് 250 കിലോമീറ്റർ ദൂരെ എറണാകുളത്ത് തോട്ടിക്കൺട്രാക്കായി വിലസുകയും ചെയ്യുമ്പോൾ

"വരുമോരോ ദശ വന്നപോലെ പോം"

എന്ന് പാടിക്കൊണ്ട് അതാ വരുന്നു പിയർ ഗ്രൂപ്പ് പപ്പൻ.

"നഗരത്തിൽ മറ്റു മനുഷ്യപ്രജകളുടെ തൊന്തരവില്ലാത്ത ഒരു സ്വതന്ത്ര വീടുണ്ടോ (Independent House) വരാൻ പെണ്ണുങ്ങൾ റെഡി. കോളേജ് കുമാരികൾ മുതൽ വീട്ടമ്മമാർ വരെ. 100% ഉറപ്പ്. 10000 രൂപ ബെറ്റും."

ഇൻഷുറൻസ് കമ്പനികളിൽ ജോലിചെയ്യുന്ന വാളിപ്പിള്ളേർ താമസിക്കുന്ന മെൻസ് ഹോസ്റ്റലിൽ 750 രൂപയ്ക്ക് താമസിച്ചിരുന്ന കോവിന്ദൻ രായ്ക്ക് രാമാനം 4000 രൂപ മാസവാടക കൊടുത്ത് ഒറ്റയ്ക്കൊരു വീട്ടിലേക്ക് മാറി. വിവരം ഗസറ്റിൽ കൊടുക്കുകയും ചെയ്തു. മരുന്നിനു പോലും ഒരു കുടലയോ കുലടയോ വന്നില്ലെന്ന കാര്യം ഞാൻ പറയാതെ തന്നെ നിങ്ങൾ ഊഹിച്ചു എന്നറിയാം!

കാലചക്രം ഉരുണ്ടു. ഞരങ്ങി. വിഷു വന്നു, വർഷം വന്നു, സുനാമി വന്നു, പ്രളയം വന്നു, കൊണോണ വന്നു, മധൂനെ കൊന്നു. മുടി നരച്ചു. കോവിന്ദന്റെ നട്ടെല്ലിനു കീഴ്ഭാഗത്ത് എൽ 1 (L1) മുതൽ എൽ 5 (L5) വരെയുള്ള കശേരുക്കൾ ഒട്ടിപ്പിടിച്ച് അരക്കെട്ട് ഇളക്കാൻ പറ്റാതായി. ഓഞ്ഞ് ജീവച്ഛവമായ കലാകാരന്മാർക്കുള്ള 1000 രൂപ പെൻഷൻ പറ്റി റേഷനരീടെ കഞ്ഞീം കുടിച്ച് ലളിതാസഹസ്രനാമം ഉരുവിട്ട് ചാരുകസേരയിൽ കിടക്കുമ്പോൾ:

റോസാപ്പൂവ്
പിച്ചിപ്പൂവ്
കണിക്കൊന്ന
നന്ത്യാർവട്ടം
നീലത്താമര

ഇത്യാദിയുമായി

മൂക്ക് നീണ്ട മാലതി
മൂക്ക് ചപ്പിയ രമണി
പഠിപ്പിസ്റ്റ് സുജാത
അലുമിനി അമൃത
ആർട്ടിസ്റ്റ് സരിത

മുതൽ പേർ വരിവരിയായി വന്നു. കോവിന്ദൻ തോക്കെടുത്ത് നടയിൽ വച്ചു. ഫ്ളവർ വേയ്സിൽ ആന്തൂറിയമിട്ടു. കാല് മടക്കി ആഞ്ഞ് തുപ്പി..

“ഇറങ്ങിപ്പോടീ മരയൂളകളേ.... ഉപഗുപ്തന്റെ കുഞ്ഞമ്മേടെ മക്കളേ....”

യശഃപ്രാർത്ഥിവിലാപം

യശഃപ്രാർത്ഥി ഒരു കവിയാണ്. സംസ്കൃത പണ്ഡിതന്മാർ ഇയാളെ കവിയശഃപ്രാർത്ഥിയെന്ന് വിളിക്കും. യശഃപ്രാർത്ഥിക്ക് പതിമൂന്ന് വയസ്സായപ്പോൾ, (അന്നാ പാവത്തിന്റെ പേര് കോവിന്ദൻ എന്നായിരുന്നു) ഒരു നിലാവുള്ള രാത്രി സ്വപ്നസ്ഖലനത്തിലൂടെ അയാൾ വയസ്സറിയിച്ചു. കാര്യം പിടികിട്ടാത്ത കോവിന്ദൻ ഞെട്ടിയെഴുന്നേറ്റ് കടലാസ്സിലെന്തോ കുത്തിക്കുറിച്ചു. പുളിനിന്ന് മറിഞ്ഞടിച്ചുവീണ സർക്കാർ വിലാസം പള്ളിക്കൂടത്തിലെ മലയാളം മാഷ് അതു കണ്ടുപിടിക്കുകയും കോവിന്ദൻ വളർന്നു വലുതായി ടി എസ് എലിയറ്റോ അവാർഡ് കമ്മിറ്റിക്കാരുടെ കണ്ണിലുണ്ണിയായ രമാശർമ്മ പോലുമോ ആയേക്കുമെന്ന് കുണ്ടറവിളമ്പരം പുറപ്പെടുവിക്കുകയും ചെയ്തു.

സന്തോഷതുന്ദുലിതനായ കോവിന്ദൻ ഈ വിവരം വീട്ടിൽപോയി പറയുകയും അമ്മ യക്ഷിയെപ്പോലെ കലിതുള്ളി മൂന്നുദിവസം പട്ടിണിക്കിടുകയും കതകടച്ച് മഞ്ഞത്ത് നിർത്തുകയും ചെയ്തു. കവിതാന്വേഷണപരീക്ഷണങ്ങൾ മേലാൽ അവർക്കിക്കില്ലെന്ന് ഭീഷ്മപ്രതിജ്ഞ ചെയ്ത കോവിന്ദൻ തന്റെ കടിതം കുഞ്ഞമ്മിണി നിഷ്കരുണം തിരിച്ചു തന്ന ലൗ ലറ്ററിനും മയിൽപ്പീലിക്കുമൊപ്പം ഹിസ്റ്ററി നോട്ടുബുക്കിൽ തിരുകി അവ താനേ പെറ്റുപെരുകുമെന്ന പ്രതീക്ഷയിൽ കാൽപ്പെട്ടിയിൽ വച്ചുപൂട്ടി. ചെനപിടിക്കാൻ മയിൽപ്പീലിയിൽ ഗോപ്യമായി ഇത്തിരി കണ്ണുനീരും പുരട്ടി.

കോവിന്ദന് പതിനെട്ട് വയസ്സായി. ഇനി ഫ്രീമീൽ ഇല്ലെന്ന് പറഞ്ഞ് കുന്തീദേവി പാത്രം കമിഴ്ത്തി. പോസ്റ്റ് കൊളോണിയൽ ഇന്ത്യയുടെ

പള്ളയിലൂടെ തൊഴിൽ തേടി തെക്കുവടക്ക് നടന്ന കോവിന്ദന് മാൻ ഹോളിൽ ജോലികിട്ടി. ധനാഢ്യനും ദരിദ്രവാസിയും ധാരാളിയും എച്ചിയും ബീഫ് തിന്നുന്നവനും തൈര്സാദം കഴിക്കുന്നവനും അർശ്ശസു പിടിച്ചവനും അജീർണ്ണക്കാരനും തൂറുന്ന തീട്ടം കൂടിക്കലർന്ന് അതിന്റെ ബഹുസ്വരതയിൽ നാനാത്വത്തിൽ ഏകത്വത്തിൽ വാരുന്നതിന്റെ ലഹരിയിൽ കോവിന്ദൻ വിനയാന്വിതനായി. സമദർശിയായി. കോവിന്ദന്റെ കലണ്ടറിൽ മോഹിപ്പിക്കുന്ന ചെമന്ന അക്ഷരങ്ങളില്ല. വാച്ചിൽ പത്തുമുതൽ അഞ്ചുവരെയെന്ന സമയക്രമമില്ല. സ്വച്ഛ് ഭാരതിൽ ധ്യാനപൂർണ്ണമായ നിർവാണം കോവിന്ദൻ കണ്ടു.

അങ്ങനെയിരിക്കവേ ആ പഴയ മലയാളം മാഷ് പ്രമേഹത്തിന്റെ കെടുതിയിൽ മാൻഹോളിനടുത്ത് മറിഞ്ഞ് വീഴുകയും കോവിന്ദൻ മാഷിനെ ആസ്പത്രിയിലെത്തിക്കുകയും ചെയ്തു.

"കോവിന്ദാ രമാശർമ്മയ്ക്ക് ഓരോ അവാർഡ് കിട്ടുമ്പോഴും ഞാൻ നിന്നെ ഓർക്കും. നീയെന്താ കവിതയൊന്നും പ്രസിദ്ധീകരിക്കാത്തത്?"

മാഷ് ചോദിച്ചു. കോവിന്ദൻ പേപ്പട്ടികടിക്കാൻ വന്നവനെപ്പോലെ വീട്ടിലേക്കോടി. കാൽപ്പെട്ടി തുറന്നുനോക്കി. അത്ഭുതം! മാജിക്കൽ റിയ ലിസം! കവിതകൾ പെറ്റുപെരുകിയിരിക്കുന്നു. ഇനിയവ മാഗസിനുകളിൽ പ്രസിദ്ധീകരിക്കണം. ഓണപ്പതിപ്പുകളിൽ വരുത്തണം. കോവിന്ദന് ഉറക്കം വന്നില്ല. ആ അമാവാസി രാത്രിമുതലാണ് കോവിന്ദൻ കവിയശ: പ്രാർത്ഥിയായത്.

യശ:പ്രാർത്ഥി ഒരു കക്ഷത്തിൽ കവിതയും മറ്റേതിൽ അവിൽപ്പൊ തിയുമായി വടക്കോട്ട് വണ്ടികയറി. ചന്ദ്രകുമാർ മൊതലാളിക്ക് പത്രമുണ്ട്, ആഴ്ചപ്പതിപ്പുണ്ട്, തടിമില്ലുണ്ട്, രാഷ്ട്രീയ പാർട്ടിയുമുണ്ട്. മൊതലാളിയുടെ ഗുരുത്വാകർഷണമണ്ഡലത്തിൽ എത്തിയാൽ രക്ഷപ്പെട്ടു. കൂടെപ്പഠിച്ച തങ്കപ്പനാണ് പറഞ്ഞുതന്നത്. ഐഡിയ പറഞ്ഞു തരാൻ തങ്കപ്പൻ പണ്ടേ കാലനാണ്.

വടകരയിൽ ചന്ദ്രകുമാർ മൊതലാളി പാർട്ടി മീറ്റിങ്ങിന് വരുന്ന സ്ഥലത്ത് യശ:പ്രാർത്ഥി ചെന്ന് തെങ്ങുംചാരി നിന്നു. മൊതലാളി വന്നു. യശഃപ്രാർത്ഥിയെ കണ്ടുവോ ആവോ? മൂന്നു മണിക്കൂർ കഴിഞ്ഞ് മൊത ലാളി തിരിച്ചുപോകാൻ കാറിൽ കയറി. യശ:പ്രാർത്ഥി റ്റാറ്റാ കാണിച്ചു. മൊതലാളി പോയി. യശ:പ്രാർത്ഥിയെ കണ്ടുവോ ആവോ? അടുത്താഴ്ച തൃശൂരിൽ സർവ്വകക്ഷിയോഗത്തിൽ പ്രസംഗിക്കാൻ മൊതലാളി വരുന്നതറിഞ്ഞ് യശ:പ്രാർത്ഥി അവിടേം എത്തി. കവുങ്ങും ചാരി നിന്നു. മൊതലാളി വന്നു. കണ്ടുവോ ആവോ? രണ്ട് മണിക്കൂർ കഴിഞ്ഞ് മൊത ലാളി പോയി. റ്റാറ്റാ കാണിച്ചു. കണ്ടുവോ ആവോ?

അങ്ങനെ ആറുമാസം കഴിഞ്ഞു. ഒരുദിവസം മീറ്റിങ് കഴിഞ്ഞ് പോകാൻ നേരം ചന്ദ്രകുമാർ മൊതലാളി യശ:പ്രാർത്ഥിയെ മാടിവിളിച്ചു. കാറിൽ കൂടെ വരുന്നോ എന്ന് ചോദിച്ചു. സ്വർഗ്ഗം താണിറങ്ങി വന്നു.

"ഇന്ന് സഹായി ശങ്കരൻ വന്നില്ല. ഡങ്കിപ്പനി. ഈ പാർട്ടിക്കാരെ വിശ്വസിക്കാൻ കൊള്ളത്തില്ല."

മൊതലാളി മൊഴിഞ്ഞു. ഭാഗ്യദേവത ഷുഗറിന്റെയും ഡങ്കിയുടെയും രൂപത്തിലാണ് ഈയിടെ നടക്കുന്നത്. മൊതലാളിക്ക് ഷുഗറ് 400. ഓരോ സർവ്വേക്കല്ലിലും മൂത്രമൊഴിക്കണം. യശ: പ്രാർത്ഥിയുടെ പെടുക്കാൻ പിടിക്കൽ ചന്ദ്രകുമാർ മൊതലാളിക്ക് ക്ഷ പിടിച്ചു.

"കവിതകളും മറ്റും എഴുതും..."

യശ:പ്രാർത്ഥി ഒച്ചയുണ്ടാക്കാതെ...

അവസാനത്തെ മൂത്രവും ഒഴിഞ്ഞുപോയപ്പോൾ മൊതലാളിക്ക് മയക്കം വന്നു.

"ഉം"

എന്ന് മൂളിയോന്ന് ഒരു...

രാമചന്ദ്രൻ ടെക്സ്റ്റയിൽസിന്റെ, പ്ലാസ്റ്റിക് നിരോധിക്കുന്നതിനു മുമ്പുള്ള, ശബ്ദമുണ്ടാക്കുന്ന, മൊശകോടൻകവറിലിരിക്കുന്ന കവിതകൾ പിന്നീട് തുറക്കാമെന്ന് വച്ചു.

ആനയ്ക്ക് പട്ട കൊടുക്കാനും പിണ്ഡം വാരാനും മൊതലാളി കൂടെ കൂട്ടി. പിണ്ഡം വാരാനുള്ള നൈപുണി കേമം തന്നെയാണല്ലോ! മൊതലാളിയെ കാണാൻ ബഷീറും എംടിയും സക്കറിയയും മാധവിക്കുട്ടിയും ഉംബർട്ടോ എക്കോയും വന്നു. ചായയും കരിക്കും സംഭാരവും ചിലപ്പോൾ ചാരായവും എടുക്കാൻ യശ:പ്രാർത്ഥിയെ വിളിക്കും. ഒന്നു പരിചയപ്പെടുത്തിയാലോ എന്നോർത്ത് കൊതിയോടെ നില്ക്കും.

തന്റെ മാവും പൂക്കുമായിരിക്കുമെന്ന് മനപ്പായസമുണ്ട് പാദസേവ ചെയ്ത് ചെയ്ത് മാസമഞ്ചാറു കഴിഞ്ഞു. യശ:പ്രാർത്ഥി കവിയാണെന്ന് മൊതലാളിക്ക് അറിയില്ലെന്ന് തോന്നുന്നു. അങ്ങനെയിരിക്കെ ഒരു ദിവസം കൂപ്പിൽ തടി പിടിക്കാൻ കർണ്ണാടകയിൽനിന്നും നാല് മല്ലന്മാർ വന്നു. മൊതലാളി യശ: പ്രാർത്ഥിയുടെ തോളിൽ കൈയിട്ട് അവർക്ക് പരിചയപ്പെടുത്തി.

"നമ്മുടെ ചങ്ങാതിയാണ്. കവിയുമാണ് "

യശ:പ്രാർത്ഥി മതിലുചാടി ആദ്യം കണ്ട എസ് റ്റി ടി ബൂത്തിൽ കയറി തങ്കപ്പനെ വിളിച്ചു.

"എടാ പൂ..."

"യശഃപ്രാർത്ഥീ.. സെക്രട്ടറിയേറ്റായാലും പത്രമാപ്പീസായാലും വലിയ വലിയ സാറന്മാരെക്കൊണ്ട് ഒരു മയിരും നടക്കത്തില്ല. നീ പിയൂണിനെ പിടിക്കാൻ നോക്ക്."

തങ്കപ്പൻ പ്ലേറ്റ് തിരിച്ചു. ലഡു പൊട്ടി. വണ്ടി വിട് മോനേ ദിനേശാ പ്യൂൺ തങ്കപ്പന്റെ വീട്ടിലേക്ക്.

"നൈനം ഛിന്ദന്തി ശസ്ത്രാണി"

നാല്‌വർ സംഘം അഞ്ചാമനെ നാലു നാഴിക എയറിൽ നിർത്തി. ന്യൂട്ടനെ ബഹുമാനിച്ച് ടിയാൻ താഴേക്ക് പതിക്കുമ്പോഴെല്ലാം നാല്‌വർ സംഘം ഗലീലിയോ, കെപ്ളർ, ഫാരഡേ മുതൽ പേരോടുള്ള ബഹുമാനാർത്ഥം പരന്നവ ഉരുട്ടിയും ഓർബിറ്റ് ഏങ്കോണിച്ചും ഉള്ളം കാലിൽ നിന്ന് ഉച്ചംതലയിലേക്ക് വൈദ്യുതകാന്തിക തരംഗങ്ങൾ പ്രവഹിപ്പിച്ചും കൊണ്ട് ടിയാനെ വായുവിൽതന്നെ നിലനിർത്തി. ഇനിയും നില തുടർന്നാൽ സംഗതി നീൽസ് ബോറാവുമെന്ന് കണ്ട് പ്ലാങ്കേറിയൻ കോണ്ടം തിയറിയനുസരിച്ച് ബാക്കി നാളെയെന്ന് നിരൂപിച്ച് നാല്‌വരും നാലടി പുറകോട്ട് മാറി. 40 കിലോ മാത്രം ഭാരമുള്ള ടിയാൻ അപ്പൂപ്പൻതാടി പോലെ ഭൂമീദേവിയുടെ മാറിൽ മന്ദം മന്ദം നിപതിച്ചു. പുള്ളിക്കാരീടേന്നല്ല ആരുടേം മാറിലേക്ക് അടുപ്പിക്കാൻ കൊള്ളാത്തവനാണല്ലോന്നോർത്തപ്പോൾ വാസ്തുപുരുഷന്റെ പാദമിരിക്കുന്ന കന്നിമൂലയ്ക്ക് സുമാർ അക്ഷാംശം 22 ഡിഗ്രി 25" വടക്കും രേഖാംശം 75 ഡിഗ്രി 32 കിഴക്കും സ്ഥിതിചെയ്യുന്ന കാൻസർ ഓഫ് കാപ്രിക്കോണിനടിയിൽ സായിപ്പിന്റെ സിനിമയിൽ പുട്ടിന് പീര പോലെ നാഴികയ്ക്ക് നാല്പത് വട്ടം പറയുന്ന ആ ഹോളിനടുത്തേക്ക് ചവിട്ടി നീക്കി. വള്ളക്കൂലീം നടുക്കണ്ടോം കൊടുത്ത് പീറ്റർ ഹെയ്ൻ ചട്ടമ്പിയെ കൊണ്ടുവന്ന് ഇപ്രകാരം സംഘട്ടനം ചിത്രികരിക്കാനിടയായ സംഗതികളിലേക്ക് വെളിച്ചം വീശാൻ 20 വർഷം പുറകോട്ട് പോകേണ്ടിയിരിക്കുന്നു.

പുറകോട്ട് പോകണംന്ന് പറഞ്ഞ് നാക്ക് വായിലിടും മുമ്പേ പാട്ടയടിയും പന്തവുമായി 200 വർഷം പുറകോട്ട് കുതിച്ചവർ വിട്ട് പോട്ടേ.. നമുക്കിവിടെ 20 വർഷത്തിന്റെ സ്റ്റോപ്പിൽ ഇറങ്ങാം. ചായകുടി കഴിഞ്ഞാൽ വണ്ടി U ടേൺ എടുക്കുന്നതായിരിക്കും.

പെണ്ണുങ്ങൾ കൂട്ടംകൂടിനിന്ന് തള്ളയ്ക്ക് വിളിക്കുകയും മുണ്ട് പൊക്കിക്കാണിക്കുകയും വെള്ളം കോരുകയും ചെയ്യുന്ന പഞ്ചായത്ത് കിണറിന് മേക്ക് പാമ്പ് പെറ്റുകിടക്കുന്ന പുറമ്പോക്കിൽ പെടുത്തതിനു ശേഷം തങ്കപ്പൻ നായരുടെ ചായക്കടയിൽ പ്രവേശിക്കുന്ന യാത്രക്കാർ കാണുന്നത് നാല്വരും ഉടുപ്പിടാതെ നിരന്നിരുന്ന് പുട്ടു തിന്നുന്ന ദൃശ്യമാണ്. വെള്ളത്തിലെ നിഴലിലൂടെ കറങ്ങുന്ന മീനിന്റെ കണ്ണു മാത്രം കാണുന്ന അർജ്ജുനന്റെ ഏകാഗ്രതയോടെ പുട്ട് പയറും പപ്പടവും ചേർത്ത് ഒരു പിടിപിടിക്കയാണ് പുമാന്മാൻമാർ. ബസ്സ് വരുന്നതിന് തൊട്ടു മുൻപ് വാഴയിലയിൽ നിന്നുമുരുണ്ട് കരുവാളിച്ച തടിമേശയിലേക്കിറങ്ങിയ പയർമണികൾ വരാനിരിക്കുന്ന സ്വച്ഛ്ഭാരത് മാനിച്ച് കളയാനെന്ന വ്യാജേന കറിവേപ്പിലയ്ക്കരികിൽ മാറ്റി വച്ചത് ആരുമറിയാതെ സാപ്പിട്ടുകൊണ്ട് നാല്വരും ഒരുമിച്ച് തലയുയർത്തി.

അയയിഴയൻ തോർത്തു മാത്രമുടുത്ത്, പെൺകുട്ടിയായി വേഷം മാറിവന്ന ഹക്കിൾബറിഫിന്നിന്റെ മടിയിലേക്ക് സംശയംതോന്നിയ പോളി ആന്റി നൂൽപ്പന്ത് എറിഞ്ഞുകൊടുത്തപ്പോൾ യഥാർത്ഥ പെൺകുട്ടിയായിരുന്നെങ്കിൽ പാവാടയുടെ നടുക്ക് അത് പിടിക്കുവാനായി എപ്രകാരം കാലുകൾ വിടർത്തുമായിരുന്നോ അപ്രകാരം കാലുകൾ വിടർത്തിയിരുന്ന് പുട്ട് തിന്നുന്ന 14 തികഞ്ഞ ചെറുപ്പക്കാരുടെ യന്ത്രസാമഗ്രികൾ ത്രികോണാകൃതിയിലുള്ള ചായക്കടയുടെ കർണ്ണം സ്ക്വയറിലൂടെ കുനിഞ്ഞു നോക്കിയാൽ വ്യക്തമായും ശക്തമായും കാണാവുന്നതാണ്. ചില കൂറമോറൽപ്പൊലീസുകാരെപ്പോലെയല്ലാതെ വല്ലവന്റേം സാമാനം ഒളിഞ്ഞു നോക്കുന്ന സമയത്ത് നാല് ദോശ ചുടുകയോ രണ്ട് ചായയടിക്കുകയോ ചെയ്യുന്ന നല്ലവനായ തങ്കപ്പൻനായർ നാളിതുവരെ ഈ കാഴ്ച കണ്ടിട്ടില്ലാത്തതാകുന്നു.

പറ്റുബുക്കിൽ ആളുക്ക് 12 അണ വീതം കുറിച്ചശേഷം നാൽവരും ടാറ് തേമ്പിയ ചെമ്മൺപാതയിലേക്കിറങ്ങി. കണ്ടതും കടിയതും നുള്ളീം പെറുക്കീം തിന്നുന്ന കാരണം പ്രായത്തേക്കാൾ മുഴുപ്പു തോന്നുന്ന അവയവം കണ്ട് നമ്രശിരസ്ക്കരായ കുലസ്ത്രീകൾ തങ്ങളുടെ കെട്ടിയോന്മാരെയെടുത്ത് കിണറ്റിലിടേണ്ടതാണെന്ന് തപിച്ചു. PSC യുടെ വില്ലൊടിച്ച് സീതാദേവിയെ സ്വന്തമാക്കിയവനും ഇളിയെടുത്ത് വളിവിടാൻ ആവതില്ലാത്തവനുമായ LD ക്ലാർക്ക് കുമാരൻ തന്റെ നവവധുവിന്റെ കണ്ണുകൾ ചാസ്റ്റിറ്റി ബെൽറ്റിട്ട് മൂടി.

"നൈനം ദഹതി പാവക
ന ശോഷയതി മാരുത."

എന്ന് ഭഗവാനെക്കൊണ്ട് പറയിപ്പിക്കാൻ വേണ്ടി കരപ്പനടിച്ച് തീയിൽ വേകാത്തതും വിയർത്ത് കാറ്റിൽ പറക്കാത്തതുമായ തോർത്തുമുണ്ടിൽ തുമ്പിക്കൈക്ക് സമാന്തരമായി ഇടത്തേ തുടക്കാമ്പിൽ തൂക്കിയ പച്ചോലക്കീറ് ആട്ടിയാട്ടിയാണ് നാല്വരുടെയും നടപ്പ്.

പച്ചോലക്കീറിന്റെ രഹസ്യം തേടി നാല്വർ സംഘത്തെ അനുഗമിച്ച്

നാമെത്തുന്നത് മൺപാത മുറിച്ച് ഒഴുകുന്ന തോട്ടിനക്കരെ കൈതയ്ക്കും നെൽപ്പാടത്തിനുമപ്പുറം കട്ടയറുക്കുന്ന പശമൺ പാടങ്ങളിലാണ്.

പാകത്തിന് കുഴച്ച പശിമയാർന്ന മണ്ണ് നിലത്തുവച്ച അച്ചിൽ നിറച്ച് കുറിയ ചതുരവടി കൊണ്ട് ഇടത്തുന്ന് വലത്തോട്ടൊരു തേപ്പു തേച്ച് മെനവരുത്തി ഇത്തിരി വെള്ളോം തളിച്ച് പച്ചക്കട്ടകൾ പടച്ചുവിടുന്ന ഏർപ്പാടിന് കട്ടയറുക്കൽ എന്നാണ് പറയുന്നത്. ചില പാട്ടുകവികൾ കവിത പടയ്ക്കും പോലെ അഭ്യാസി അര മണിക്കൂറിൽ അറുപത് കട്ടകൾ വരെ അറുക്കും. അറുത്തു വച്ച കട്ടകൾ ഉണങ്ങി സെറ്റാവുമ്പോൾ നാല്വർ സംഘം തലയിൽ പശയില്ലാമൽ (വയറ്റിൽ പശിയിരുക്ക് സ്വാമീ) ഉറപ്പിച്ച പലകമേൽ പതിനാറ് കട്ടകളടുക്കി ബാലൻസ് തെറ്റാതെ നടന്ന് തെങ്ങിൻതടിപ്പാലം കയറി പാലത്തേ കാലുപോവാതെ കവച്ചുവച്ച് ചൂളയിലെത്തിക്കും. ഇപ്രകാരം ഒരു നട നടന്ന് 16 കട്ടകൾ ചുടുകാട്ടിലെത്തിക്കുമ്പോൾ മേൽപ്പടി പച്ചോലക്കീറിൽ ഒരു മടക്ക് മടക്കും. അന്തിയാവുമ്പോൾ ഓലക്കീറിൽ 25–27 മടക്കുകൾ വീഴുകയും മടക്കൊന്നിന് 16 കട്ട വച്ച് 27 X 16 = 432 കട്ടകൾ ചൂളയിലെത്തുകയും ഒരു മടക്കിന് ആറണ വച്ച് 27 X 6= 162 അണ അഥവാ ഒരണ ആറു പൈസ നിരക്കിൽ 162 X 6= 972 പൈസ അഥവാ 100 കൊണ്ട് ഹരിച്ചാൽ 9 രൂപ 72 പൈസ കൂലിയായി കൈപ്പറ്റി നാൽവരും കുടിയിലേക്ക് മടങ്ങുകയും ചെയ്യും.

തന്തപ്പടി കുടിക്കാൻ പോയ തക്കത്തിന് 4 രൂപ തള്ളയെ ഏല്പിച്ച് രണ്ടു നേരം തിന്നാൻ ചെലവായ 3 രൂപ കഴിച്ച് ബാക്കി 2 രൂപ 72 പൈസ കുടുക്കയിൽ ഇടും. വാരാന്ത്യമാവുമ്പോൾ സെൻസസ് 1460 പോയിന്റ് ഉയർന്ന് ടി തുക 16 രൂപ 32 പൈസയാകും. ഭീമമായ ഈ അക്രൂഡ് ഇൻകം എങ്ങനെ വിനിയോഗിക്കുന്നുവെന്നിടത്താണ് കഥയുടെ രത്നമ്മച്ചുരുക്കമിരിക്കുന്നത്. ബാക്കിയെല്ലാം വെറും പോച്ച.

ഞായറാഴ്ച ദിവങ്ങളിൽ നാൽവരും കുളിച്ച് കുറിയിട്ട് അണ്ടർവയറിട്ട് ഷർട്ടും മുണ്ടും ഉടുത്ത് 16 രൂപ 32 പൈസ പോക്കറ്റിലിട്ട് തെന്നിന്ത്യൻ താരം ശ്രീദേവിയുടെ സിനിമ കളിക്കുന്ന കൊട്ടകയിലെത്തും. *വസന്തമാളിക, പതിനാറ് വയതിനിലെ, മൂന്നാം പിറ, മിസ്റ്റർ ഇന്ത്യ* എന്നുവേണ്ട ശ്രീദേവിയുടെ എല്ലാ ചിത്രങ്ങളും ഇവർ കണ്ടിട്ടുണ്ട്. സിനിമ കഴിഞ്ഞ് ആർട്ടിസ്റ്റ് രവിവർമ്മയെക്കണ്ട് ശ്രീദേവിയുടെ റിയലിസ്റ്റിക് ചിത്രം വരപ്പിച്ച് (ടിയാന് 10 രൂപ വച്ച് കൊടുക്കണം) ചിത്രം നെഞ്ചോട് ചേർത്ത് ആരാധനാപൂർവ്വം കാൽനടയായി വീട്ടിലെത്തും. വീട്ടിലെത്തി അലമാര തുറന്ന് ഇസ്തിരിയിട്ട് മടക്കിവച്ച കോടിമുണ്ടിനിടയിൽ ചിത്രം സൂക്ഷിക്കുന്നതുവരെ തൊട്ടുരിയാടാതെയാണ് നാല്വരുടെയും നടപ്പ്. ശ്രീദേവീപൂജാ ദിവസമായ ഞായറാഴ്ച തൂറാൻ മുട്ടിയാലോന്ന് ഭയന്ന് ശനിയാഴ്ച ഒരു നേരം മാത്രം അരിയാഹാരം കഴിച്ച് (ഈ സമ്പ്രദായത്തിനെ കുട്ടികൾക്ക് പഠിക്കാൻ എളുപ്പത്തിന് "ഒരിക്കൽ" എന്നാണ് പറയുന്നത്) വ്രതം നോറ്റാണ് അവർ കിടക്കുന്നത്.

"നീയൊക്കെ തൂറാതിരുന്നാലും ശ്രീദേവി തൂറും.. ചറപറാന്ന് തൂറും"

എന്നു പറഞ്ഞുകൊണ്ടാണ് അഞ്ചാമൻ ആദ്യമായി കഥയിലേക്ക് പ്രവേശിക്കുന്നത്. (Chronology തെറ്റിച്ചാൽ ചെവിക്ക് പിടിക്കുന്നവർ ക്ഷമിക്കുക). അന്ന് നാല്വരും ടിയാനെ ഇടിച്ച് പഞ്ഞിക്കിടുകയും അനന്തരം 50 ദിവസം സർക്കാർ ആയുർവേദാശുപത്രിയിൽ കിടക്കുകയും മറ്റു കിടപ്പു രോഗികളെ കക്കൂസിൽവച്ച് മദ്യസേവ നടത്തുന്ന വിദ്യ അഭ്യസിപ്പിക്കുകയും തുടർന്ന് അവിടന്ന് പേര് വെട്ടി പത്തു ദിവസം വീട്ടിൽ ഒരേ കിടപ്പ് കിടന്നതും ഏലായിൽ പാട്ടാണ്.

സുന്ദരിയും സുശീലയും കുലീനയും നിഷ്കളങ്കയും സർവ്വോപരി നിർമ്മലയുമായ ശ്രീദേവി മനുഷ്യനെപ്പോലെ തൂറുന്നത് നാല്വർക്കും ചിന്തിക്കാനേ കഴിഞ്ഞിരുന്നില്ല. ഗതികെട്ടാൽപോലും നല്ല വെളുത്ത് സുന്ദരമായ അരയന്നമുട്ട (goose egg) യിൽക്കുറഞ്ഞ എന്തെങ്കിലും ഒന്ന് അവർക്ക് ഇടാൻ പറ്റുമെന്ന് വിശ്വസിക്കാനേ വയ്യ.

നാൽവരുടേയും കൂടെ നാലാം ക്ലാസ് വരെ പഠിച്ച അഞ്ചാമൻ മറ്റൊരു സ്കൂളിൽ തുടർവിദ്യാഭ്യാസം നടത്തുകയും പത്താംക്ലാസും PDC യും കഴിഞ്ഞ് ആട്ടോഡ്രൈവർ ഉദ്യോഗം ഭരിക്കാൻ ഒട്ടത്തികളും വേശ്യകളുമുള്ള നഗരഹൃദയത്തിലേക്ക് നിത്യേനയെന്നോണം പോയ് വരികയും ചെയ്തതിൽപ്പിന്നെയാണ് ഇത്തരം വേണ്ടാതീനങ്ങൾ പറയാൻ തുടങ്ങിയത്.

"തീയില്ലാതെ കനലുണ്ടാവുമോ?"

"തൂറാതെ നാറുമോ?"

എന്നിത്യാദി *തിരുക്കുറൾ* പേച്ചുകൾ പറയുന്ന സുമതിയമ്മായിയെ സ്മരിച്ച് നാല്വരും ചഞ്ചലചിത്തരായി. ഇനിയൊരിക്കലും തങ്ങൾക്ക് ശ്രീദേവീചിത്രം കാണാമ്പറ്റില്ലെന്ന് അവർ വേദനയോടെ മനസ്സിലാക്കി. ഞായറാഴ്ചകളിൽ ദണ്ഡം മാറ്റാൻ വാറ്റുചാരായം കുടിക്കാനും മീൻ പിടിക്കാനും തീരുമാനിച്ചു.. കാലത്തിന് മായ്ക്കാനാവാത്ത മുറിവില്ലെന്നാണല്ലോ! വെണ്ണപോലെ വെളുത്ത കാലുകളുള്ള ആംഗ്ലോ ഇന്ത്യൻ സുന്ദരിയെ ലൊടുക്ക് വേലയ്ക്ക് അടിച്ചുമാറ്റി കല്യാണം കഴിച്ച എംപാനൽ കണ്ടക്ടർ ശീമോൻ 3 പെഗ്ഗ് കഴിച്ച് മുക്കറയിട്ടത് കമ്പ്യൂട്ടറിൽ ഡീക്കോഡ് ചെയ്തതിൻ പ്രകാരം വെളുത്ത സുന്ദരികൾ മുടിഞ്ഞ ശബ്ദത്തോടെ തൂറാനുള്ള സാദ്ധ്യതകൾ തള്ളിക്കളയാൻ പറ്റില്ലെന്ന ശാസ്ത്രബോധം നാല്വർക്കുമുണ്ടായി.

അനന്തരം അഞ്ചാമനോട് സന്ധി ചെയ്ത് ഞായറാഴ്ചത്തെ സമൂഹപാനത്തിലേക്ക് ഉൾപ്പെടുത്തിയശേഷം സുമാർ ഒരു വർഷം കഴിഞ്ഞാണ് കഥയുടെ തുടക്കത്തിൽ നാം കണ്ട ഹെയ്നീയൻ സംഘട്ടനത്തിലേക്ക് നയിച്ച സംഗതികളും കാര്യങ്ങളും ഉണ്ടാവുന്നത്.

സിനിമ കാണുന്നതേ മറന്നിരുന്ന നാൽവരേയും സംഭാഷണ ചതുരനായ അഞ്ചാമൻ A ചിത്രം മാത്രം കാണിക്കുന്ന ന്യൂ തീയറ്ററിലേക്ക്

നയിച്ച നാടകീയ മുഹൂർത്തങ്ങളിലേക്ക് കടക്കുന്നതിന് മുൻപ് ഒരു ബല ത്തിന് കുരുമുളകിട്ട് ഒന്നരയടിച്ച് താറാമുട്ടേം തിന്നിട്ട് വരാം.

ഇന്ത്യാക്കാരായ ആണുങ്ങൾ തങ്ങളുടേതെന്നും ചൈനാക്കാരായ പെണ്ണുങ്ങൾ തങ്ങളുടേതെന്നും പറയുന്ന പുഷ്ക്കല ഭൂപ്രദേശം പരസ് പരം പങ്കുവയ്ക്കാൻ തമ്മസിക്കാതെ അതിശൈത്യം നിറഞ്ഞ സിയാ ച്ചിൻ അതിർത്തികളിൽപോലും അവനവന്റെ വിരലറ്റു പോകുന്നതുവരെ ത്യാഗപ്പെട്ട് സദാ കണ്ണിൽ മണ്ണെണ്ണയൊഴിച്ച് റോന്തുചുറ്റുന്ന സദാചാര ഗുണ്ടകളുടെ നാട്ടിൽ പട്ടിണി കിടന്ന് മുരടിച്ച നാല്വർക്കും നച്ചെലി പുന്നെല്ല് കാണുന്ന പോലെയാണ് A കാരാദി വിഷയങ്ങളെന്ന് അഞ്ചാ മനറിയാം.

ന്യൂ തീയറ്ററിൽ വൈകുന്നേരം 6 മണീടെ ഷോയ്ക്ക് മുണ്ട് ഉടുത്തു കൊണ്ടും നിക്കർ ഇടാതെയും പോകേണ്ടതാണെന്നും ടിക്കറ്റ് എടുക്കു മ്പോൾത്തന്നെ നമ്മളെ സാകൂതം വീക്ഷിക്കുന്ന തൽപ്പരകക്ഷികളായ കഷണ്ടിത്തലയന്മാർ അടുത്തുവന്നിരുന്നു കൊള്ളുമെന്നും ലൈറ്റണ യുന്ന മാത്രയിൻ നമ്മൾ അവരുടെ തുടയിൽ ഇംഗിത സൂചകമായി തടവുകയും സ്വിച്ചിട്ട പോലെ അവർ നിലത്തിറങ്ങി സൂര്യനിൽനിന്നും വിദ്യപഠിക്കാൻ ഹനുമാനിരുന്ന പോലെ അഭിമുഖമായി ഇരിക്കുകയും പിന്നീടുണ്ടാവുന്ന അക്രമാതിശയോക്തിയിൽ നാം ശാർദ്ദൂലവിക്രീഡി തപ്പെടുകയും ഏകാദശിയും ദ്വാദശിയും കഴിഞ്ഞ് ശുക്ലപക്ഷത്തിൽ സമാധിയാവുകയും രണ്ടരമണിക്കൂറുകഴിഞ്ഞ് എവനെങ്കിലും വിളിച്ചു ണർത്തി “വീട്ടിപ്പോടേ”ന്ന് പറയുമ്പം പോവുകയും ചെയ്യാവുന്നതാ ണെന്ന രഹസ്യം അഞ്ചാമൻ ഒറ്റശ്വാസത്തിൽ അനാവൃതമാക്കി. PS എന്നെഴുതി രണ്ട് കുത്തിട്ടശേഷം “നമുക്കൊര് ഉപഹാരം അവർക്കൊര് പലഹാരം, ഇതിൽ തെറ്റൊന്നുമില്ല” എന്ന് ഉദീരണം ചെയ്യുകയും ഉണ്ടായി.

“എന്താടേ.. പോകുന്നുണ്ടോ..”ന്ന് ചോദിച്ച മാത്രയിൽ നാല്വരും ദയനീയമായി “ഉം” എന്ന് മൂളിയതിന്റെ ആവേഗത്തിൽ സെൻ മാസ്റ്ററായി ഉയർത്തപ്പെട്ട അഞ്ചാമൻ

“കൊടുക്കുമ്പോഴാണ് കിട്ടുന്നതിനേക്കാൾ സുഖം”

എന്ന ബുദ്ധവാക്യം ഉദ്ധരിച്ച് പത്മാസനത്തിലിരുന്നു.

അഞ്ചാം മാസം അഞ്ചാം തീയതി അഞ്ചരയ്ക്കുള്ള വണ്ടിയിൽ വഞ്ചിപ്പാട്ടും പാടി ന്യൂ തീയറ്ററിലേക്ക് പോയ നാല്വരും, 9 മണി 9 മിനിറ്റിലെ വണ്ടിയിൽ തിരിച്ചുവരുമ്പം യുദ്ധസന്നദ്ധരായി കാണപ്പെട്ട തിൽ വർണ്യത്തിലാശങ്ക തോന്നിയ എംപാനൽ ശീമോന്റെ ചോദ്യശര ങ്ങൾക്ക് മുൻപിൽ നാല്വരും ഒന്നിച്ച് കീഴടങ്ങി.

“അവൻ പറഞ്ഞതൊക്കെ ശരി തന്നെ. ഒരു വ്യത്യാസേള്ളൂ.. ആ ചോരകുടിയനെ ചുടാനായിട്ട് നമ്മളങ്ങോട്ട് കൊടുക്കാൻ ചെന്നപ്പം അവ ന്മാരിങ്ങോട്ട് തരാൻ നില്ക്കുന്നു.”

ആനവണ്ടിയിറങ്ങിയ വാറേ നാല്വരും അഞ്ചാമനെ പുരയിൽ നിന്നും ഊരിയെടുത്ത് കവലയിലെ ഹൈമാസ്റ്റ് വെളിച്ചത്തിൽ കൊണ്ടുവന്ന് എയറിൽ നിർത്തിയത് തുടക്കത്തിൽ നാം കണ്ടതാണല്ലോ.

വാസ്തുപുരുഷന്റെ ആസ്ഹോളിൽനിന്നും പെറുക്കിയെടുത്ത അഞ്ചാമന്റെ ശരീരം നാട്ടുകാർ ആസ്പത്രിയിലേക്ക് കൊണ്ടുപോകുന്നതു കണ്ട ഭഗവാൻ 45 ദിവസം കഴിഞ്ഞ് ടിയാൻ കതിനാക്കുറ്റി പോലെ തിരിച്ചുവരുന്നത് ജ്ഞാനദൃഷ്ടിയിൽ ദർശിച്ച് വിട്ടുപോയ വരികൾ ആഡ് ചെയ്ത് ശ്ലോകം ഇപ്രകാരം പൂർത്തിയാക്കി.

"നൈനം ചിന്ദന്തി ശസ്ത്രാണി
നൈനം ദഹതി പാവക
ന ചൈനം ക്ലേദയന്ത്യാപോ
ന ശോഷയതി മാരുത."

പന്നിയും സിംഹവും

ബാല്യത്തിന്റെ പ്രസരിപ്പും പ്രസന്നതയും വീണ്ടെടുക്കാമെന്ന വ്യാമോഹം കൊണ്ടാണോ മുതിർന്നവരുടത്ര പക്വത വരാത്തതു കൊണ്ടാണോ വലിയവർക്കുള്ള കടും സാഹിത്യം മനസ്സിലാവാത്തതു കൊണ്ടാണോ എന്നറിയില്ല ബാലരമ, കളിക്കുടുക്ക തുടങ്ങിയവ ഞാനിപ്പോഴും വായിക്കാറുണ്ട്. കുട്ടികൾക്കുവേണ്ടിയുള്ള അനിമേഷൻ ചിത്രങ്ങൾ കാണുകയും ചെയ്യാറുണ്ട്. കുറച്ചു മുമ്പ് അത്തരമൊരു സി ഡിയിൽ കണ്ട കഥ ഓർമ്മയിൽ നിന്നും പറയട്ടേ.

കാട്ടിലെ രാജാവായ സിംഹം മരത്തണലിൻ വിശ്രമിക്കുകയാണ്. സിംഹിണിയും കൂടെയുണ്ട്. ഒരു ആജ്ഞാദൂരത്തിൽ മന്ത്രിയായ കടുവച്ചാരും. പെട്ടെന്ന് അണ്ണാന്റേന്ന് പിടിവിട്ട പേരയ്ക്ക മൃഗരാജഘടിയിൽ വീണു. അണ്ണാന്റെ സ്ഥാനത്ത് മരംകൊത്തിയും പേരക്കേടെ സ്ഥാനത്ത് തേങ്ങയും ഘടീന്നുമാറി മർമ്മസ്ഥാനവുമായിരുന്നെങ്കിലോ എന്ന് അന്ധാളിച്ചു തീരുംമുമ്പ് പെരുച്ചാഴിയെ ഓടിച്ചുകൊണ്ടുവന്ന ഒരു ചീള് പാമ്പ് സിംഹത്തിന്റെ വാലിൽ തൊട്ടുതൊട്ടില്ല എന്നപോലെ കടന്നുപോയി. അതുകണ്ട് നെറ്റിചുളിച്ചു തീരുംമുമ്പ് മയിലമ്മ തൊട്ടടുത്ത റൺവേയിൽ ആററുപതിൽ ലാൻഡുചെയ്യുകയും അതിനെ തുടർന്നുള്ള ന്യൂനമർദ്ദത്തിൽ അപ്പൂപ്പൻതാടി വഴിതെറ്റി സിംഹത്തിന്റെ മീശയിൽ വന്നിരിക്കയും ഉണ്ടായി. മയിലമ്മ സെക്സ് ഇല്ലാത്ത ജീവിയായതുകൊണ്ടും ദേശീയ പക്ഷിയായതുകൊണ്ടും ഒരിക്കലത്തേക്ക് ക്ഷമിക്കാം (വഴക്കു പറഞ്ഞ് 'കരയിച്ച്' വംശവർദ്ധനവ് നടത്തുകയും വേണ്ട) എന്നു കരുതി നാക്ക് വായിലേക്കിട്ടില്ല ആ മരത്തിൽനിന്നും ഈ മരത്തിലേക്ക് രാമ രാമ ചാടിക്കളിക്കുന്ന കുരങ്ങന്റെ കൈയിലിരുന്ന ചുള്ളിക്കമ്പ് സിംഹത്തിന്റെ പള്ളയ്ക്ക് വീണു.

“പ്രജകൾക്കൊന്നും ഒരു പേടിയും ഇല്ല. ഒരു മണകൊണാത്തഞ്ച നാണ് രാജാവെന്നാണ് അവരുടെ വിചാരം.” കടുവമന്ത്രി മുരണ്ടു. ഇങ്ങനെ വിട്ടാൽപ്പറ്റില്ല. എന്നാൽപ്പിന്നെ പ്രബലന്മാരോടേറ്റുമുട്ടി അപ്ര മാദിത്വം തെളിയിച്ചിട്ടുതന്നെ ബാക്കിയെന്ന് സിംഹവും തീരുമാനിച്ചു.

നാളെമുതൽ ഇനിയൊരറിയിപ്പുണ്ടാകുന്നതുവരെ കാലത്ത് പത്തു മണിമുതൽ ഒരാൾ മരിക്കുന്നതുവരെ സിംഹരാജൻ തന്റെ തരത്തിനു ചേർന്ന പ്രതിയോഗികളായ ആന, അനക്കോണ്ട, കാണ്ടാമൃഗം, കാട്ടു പോത്ത് എന്നിവരുമായി ഏറ്റുമുട്ടുന്നതാണെന്നും കാഴ്ചക്കാരായി എല്ലാ മൃഗങ്ങളും 300 മീറ്റർ ദൂരെ മാറി വട്ടത്തിൽ നില്ക്കേണ്ടതാണെന്നും വിളമ്പരമുണ്ടായി.

ഒന്നാം ദിവസം 10 മണി. കാഴ്ചക്കാരായ മൃഗങ്ങൾ സുരക്ഷിത ദൂരത്തിൽ വട്ടത്തിൽ നില്ക്കുകയാണ്. അതാ ഇടത്തുനിന്നും കുന്നു കയറി രാജൻ വലത്തു നിന്നും കുന്നു കയറി കൊമ്പൻ. പള്ളയിൽ കുത്താനാഞ്ഞതും സിംഹം തുമ്പിക്കൈയിലൂടെ പാഞ്ഞുകയറി മസ്ത കത്തിൻ ഒരു പെട. ആന ചരിഞ്ഞു.

രണ്ടാംദിവസം കാണികൾ നോക്കുമ്പോൾ ഇടത്തുനിന്നും സിംഹവും വലത്തു നിന്നും അനക്കോണ്ടയും. പത്തെൻറുക്കുള്ളെ അന ക്കോണ്ട ചത്തുമലച്ചു. മൂന്നാംദിവസം സിംഹവും കാണ്ടാമൃഗവും. അഞ്ചെൻറുക്കുള്ളെ കാണ്ടാമൃഗം ഡിം.

ഇനിയാരും യുദ്ധത്തിന് പോകരുതെന്നും സിംഹത്തിനെ ഷീ പിങ് ആയി അംഗീകരിക്കുന്നതാണ് ബുദ്ധിയെന്നും ബുദ്ധിജീവികൾ 9 മണി ചർച്ചയിൽ ഉദ്ഘോഷിച്ചു. പക്ഷേ, പോത്തിനോട് വേദമോതിയിട്ട് കാര്യമില്ലല്ലോ. നാലാം ദിവസം കാട്ടുപോത്ത് ചിങ്ങാംകുന്ന് കയറി. ഇട ത്തുനിന്നും സിംഹവും. 15 മിനിറ്റ് പൊരിഞ്ഞ യുദ്ധം. സിംഹം കാട്ടു പോത്തിനെ മലർത്തിയടിച്ചു. ഇനിയാരെങ്കിലുമുണ്ടോയെന്ന് സാമാന്യ മര്യാദയുടെ പേരിലും ഇത്തിരി അഹങ്കാരം കൊണ്ടും സിംഹം ആരാഞ്ഞു. പന്നി ചാടിക്കയറി താനുണ്ടെന്ന് ഘോഷിച്ചു. ഏവരും ഞെട്ടി. പന്നിയും!

രാത്രി പന്നിക്ക് ഉറക്കംവന്നില്ല. നേരം വെളുക്കുമ്പം തേഡ് അവതാരം ത്രീഞ്ചും. ഓർത്തപ്പൊഴേ തൂറാൻ മുട്ടുന്നു. തൂറിയപ്പോൾ ലഡു പൊട്ടി. ഐഡിയ കിട്ടി. നേരെ നടന്ന് മരപ്പട്ടിയും ഈനാംപേച്ചിയും കുരങ്ങനും ആനയും കാട്ടുകോഴിയും തൂറുന്ന കുഴിയിൽ 10 മണി വരെ മുങ്ങിക്കിടന്നു.

അഞ്ചാം ദിവസം പത്തു മണിയായി.. 300 മീറ്റർ വൃത്തപരിധി നിറച്ചും കാണികൾ. ഇടത്തുനിന്നും മന്ദം മന്ദം സിംഹം. വലത്തുനിന്നും തീട്ട ത്തിൽ ഒന്നുകൂടി ഉരുണ്ട് പെരണ്ട് എണീറ്റ പന്നിയും. 30 അടി അകലെ യെത്തിയപ്പോൾ രൂക്ഷഗന്ധം. സിംഹത്തിന്റെ കിഡ്നി തകർത്ത് മെഡുല ഒബ്ളാംഗേറ്റ വഴി കയറിയ നാറ്റം കാൻസർ ഓഫ് കാപ്രികോൺ കടന്ന് ഗ്രീൻവിച്ച് മെറിഡിയനിലെത്തി. ഇനി വയ്യ! സിംഹം

പുറന്തിരിഞ്ഞ് ഒരൊറ്റ ഓട്ടം. കഥയറിയാത്ത കാണികൾ ആട്ടം കണ്ട് അന്തം വിട്ടു. പന്നിയെക്കണ്ട് സിംഹം പേടിച്ചോടുന്നു. ഭയങ്കരം! അത്ഭുതം! ആശ്ചര്യം! തിരിച്ച് കൂട്ടിലേക്ക് പോയാൽ എട്ടിന്റെ പണികിട്ടുമെന്ന് മനസ്സിലായ പന്നി ശിഷ്ടകാലം തീട്ടത്തിൽ മുഴുകി. (അന്നു മുതലാണത്രേ പന്നികൾ അമേദ്യം ആഹാരവും നീരാളവുമാക്കി മാറ്റിയത്).

ഈ അനിമേഷൻ കണ്ടപ്പഴാണ് ചില മാന്യന്മാരെ കാണുമ്പോൾ മനുഷ്യർ മുപ്പതടി ദുരെവച്ച് വഴിമാറിപ്പോകുന്നതിന്റെ രഹസ്യം പിടികിട്ടിയത്.

നിങ്ങക്ക് പുടികിട്ടിയാ?ഇല്ലെങ്കി മീൻ തൊട്ട് കൂട്ടാം..മത്സ്യ, കൂർമ്മ, വരാഹ... ആഹാ! ഓരോരോ അവതാരങ്ങളേ!!!

വിപ്രലംഭ ജാരവൃത്തി

"**സോ**ദരിമാരാരുമില്ലാതിരിക്കയാൽ
പെൺപാഠമൊന്നും മന:പാഠമായില്ല"

തോട്ടിപ്പണിക്കാരനായ കോവിന്ദൻ സുന്ദരനും കവിയുമാണെന്ന രഹസ്യം മാലോകർക്കറിയില്ല. നാർസിസസ്സിന്റെ സ്മരണയിൽ മാൻ ഹോളിലെ തെളിനീരിൽ അയാൾ തന്റെ സൗന്ദര്യമാസ്വദിക്കാറുണ്ട്. സ്വയംഭോഗം പോലെ! കോവിന്ദന്റെ മറ്റൊരാത്മരതിയാണ് കവിത. കോവിന്ദനെഴുതി കോവിന്ദൻ വായിച്ച് കോവിന്ദൻ കൈയടിച്ച് കോവിന്ദൻ മാൻഹോളിലിടും. പില്ക്കാലത്തെഴുതിയ അത്തരമൊരു കവിതയിലെ രണ്ടു വരികളാണ് ഇവിടെ മുൻകൂറായി ചേർത്തിരിക്കുന്നത്. പെണ്ണുങ്ങളെ പറ്റിക്കയും ഉപദ്രവിക്കയും വഞ്ചികയും ചെയ്യുന്നത് സഹോദരിയോ മകളോ രണ്ടും കൂടിയോ ഉള്ളവരാണെന്ന് കോവിന്ദൻ കണ്ടുപിടിച്ചു കളഞ്ഞു. അവർക്ക് പെൺ മന:ശാസ്ത്രമറിയാം!

മൊബൈൽ ഫോണും കമ്പ്യൂട്ടറും ഇല്ലാത്ത അഭിശപ്തകാലത്ത് ജനിച്ച എല്ലാ ഹതഭാഗ്യവാന്മാരും ഒരാചാരം പോലെ പത്ത് കഴിഞ്ഞാൽ ടൈപ്പ് റൈറ്റിങ് പഠിക്കാറുണ്ട്. പേരുകൊണ്ട് ഇന്ത്യൻ ഇൻസ്റ്റിറ്റ്യൂട്ട് ഓഫ് ടെക്നോളജിയെ അനുസ്മരിപ്പിക്കുന്നതാണ് മേത്തൻവിള ഇൻസ്റ്റിറ്റ്യൂട്ട് ഓഫ് ടൈപ്പ് റൈറ്റിംഗ് ലോവർആന്റ്ഹയർ . അവിടെ വച്ചാണ് കോവിന്ദൻ ലെനയെ കാണുന്നത്.

സർവേക്കല്ലിൽ കേറി നില്ക്കുമ്പോൾ അമിതാബ് ബച്ചനെപ്പോലെയും വേയ്സ്റ്റ്ലൈൻ കണ്ടാൽ മോഹൻലാലിനെപ്പോലെയും തേമ്പിയ ചന്തി കണ്ടാൽ തന്റെ കളിക്കൂട്ടുകാരൻ (അമ്മിണിയമ്മച്ചീടെ മോൻ) അന്തോണിയെപ്പോലെയും ഇരിക്കുന്ന കോവിന്ദനോട് ലനയ്ക്ക് എന്തോ

ഒരിത്. കോവിന്ദൻ ടൈപ്പ് ചെയ്യുമ്പോൾ ലെന കോവിന്ദനെ നോക്കും. കോവിന്ദൻ നോക്കുമ്പോൾ ലെന ടൈപ്പ് ചെയ്യും. ലെനയ്ക്ക് എന്തോ ഒരിത് ഉള്ളകാര്യം കോവിന്ദനു മാത്രം മനസ്സിലായില്ല. ടൈപ്പ് റൈറ്റിങ് പഠനം കഴിഞ്ഞു. ഹൈഡ് ആന്റ് സീക്ക് ബിസ്ക്കറ്റ് കട്ടൻചായയിൽ മുക്കിത്തിന്ന് മധുരനാരങ്ങയും മണപ്പിച്ച് അവർ പിരിഞ്ഞു.

"മരം തളിർക്കാൻ തുടങ്ങുമ്പഴേക്കും അതിൽ പടർന്നീടിന വല്ലി പൂത്തു." എന്നാണല്ലോ. ലെനയെ കെട്ടിച്ചു വിട്ടു. കുരുട്ടു ഭാഗ്യത്തിന് രണ്ട് പിള്ളേരും ജനിച്ചു. കാലാന്തരേ കോവിന്ദനും പെണ്ണ്കെട്ടി. ചക്ക വീണ് മുയലുചത്ത പോലെ രണ്ട് പിള്ളേരും ജനിച്ചു. കയ്പ്പു ശമിപ്പതില്ല.

നാട്ടിൽ മൊബൈൽ വിപ്ളവം വരികയും എല്ലാ കൈയിലും രണ്ട് ഫോണുകൾ കായ്ക്കുകയും ചെയ്തു. പൊന്നി, ജയ തുടങ്ങിയ മേൽ ത്തരം അരിയാഹാരം കഴിക്കുന്നവരിൽ കാലിലും പൃഷ്ഠഭാഗങ്ങളിലും ഓരോ എക്സ്ട്രാ മൊബൈലുകൾ വീതം കായ്ക്കുകയുണ്ടായി. അര യുയരായ കോവിന്ദനും കായ്ച്ചു ഒരെണ്ണം.

ഇ എം എസ്സിനെ സ്മരിച്ചുകൊണ്ട് എസ് എം എസ് അയച്ചുകളി ക്കവേയാണ് ലെന വന്നു മുമ്പിൽ ചാടിയത്. അവടെ കൈയിലുമുണ്ട് ഒരു കായ. അവർ മോബൈൽ നമ്പരുകൾ കൈമാറി. ജോൺ മിൽട്ടന്റെ പാരഡൈസ് റീഗെയ്നിനെ ഓർമ്മിപ്പിച്ചുകൊണ്ട് എസ് എം എസ് പറത്തി ക്കളിച്ചു. മരുന്നിന്റെ കുറിപ്പടിപോലെ ഗുഡ് മോണിങ്, ഗുഡ് നൈറ്റ്, ചോറുണ്ടോ? എന്നിങ്ങനെ മൂന്ന് നേരത്തിൽ തുടങ്ങി ഇപ്പോൾ ഡെയ്‌ലി 30–40 ആയി എസ് എം എസ് പൂത്തുലഞ്ഞു.

കോവിന്ദൻ പെൺമനമറിയാപ്പൊട്ടനും പേടിത്തൂറിയും ആയതു കൊണ്ട് ലെന പ്രോആക്ടീവ് ആയി. എസ് എം എസിൽ എരിവും പുളിയും ഉപ്പും മുളകും ചേർത്തു. പെണ്ണായിരുന്നുകൊണ്ട് ആൺഫലിത ങ്ങളയച്ചു. കോവിന്ദനിലെ കോവിന്ദൻ ഉണർന്നു. ഏതോ മലവെള്ളപ്പാ ച്ചിലിൽ മറിഞ്ഞടിച്ചുവീണ് പോച്ച കേറിക്കിടന്ന കാട്ടുതേക്ക് ചെത്തിമി നുക്കി കൊടിമരം നാട്ടി. കൊടിമരത്തിൽ ത്രികോണ പതാക പാറുന്നത് കിനാവു കണ്ടു.

"എനിക്ക് കോവിന്ദനെ നേരിട്ടൊന്ന് കാണണം"

അവൾ മൊഴിഞ്ഞു.

"ഏഴാം തീയതി വൈകുന്നേരം ഏഴ് മണിക്ക് വരണം. അന്ന് ഫോൺ വിളിക്കരുത്. കുട്ടപ്പന്റെ ബാർബർഷോപ്പിനടുത്ത് ബൈക്ക് വച്ചിട്ട് നാന്നൂറ് മീറ്റർ നടക്കണം. ഇറച്ചിക്കോഴി വില്ക്കാനുണ്ട് എന്ന ബോർഡ് കാണു മ്പോൾ ഇടത്തോട്ട് തിരിഞ്ഞ് രണ്ടു മതിലുകൾക്കിടയിലുള്ള ഇടുങ്ങിയ പാതയിലൂടെ നടന്ന് എട്ടു വീട് കഴിയുമ്പോൾ ഒരു നേർച്ചപ്പെട്ടി കാണും. അവിടെ ചെരിപ്പൂരി വച്ച് നഗ്നപാദനായി മുന്നോട്ടു നടന്ന് ഇടത്തേ സൈഡിൽ പതിമൂന്നാമത്തെ ഗേയ്റ്റിനു മുമ്പിലെത്തണം. തടികൊണ്ടു ണ്ടാക്കിയ ഗേറ്റ് അടച്ചതുപോലെ കാണപ്പെടും. കുറ്റിയിട്ടിട്ടുണ്ടാവില്ല. എണ്ണയിട്ട് മയപ്പെടുത്തിയിട്ടുണ്ടാവും. മെല്ലെ ഒന്നു തൊട്ടാൽ ശബ്ദമു

ണ്ടാക്കാതെ തുറക്കും. അകത്തു കയറിയിട്ട് ഇരുന്നപോലെ തിരിച്ച് വയ്ക്കണം. കുറ്റിയിടരുത്. ഓടിട്ട പഴയ മോഡൽ വീടിന്റെ പൂമുഖത്ത് മൂന്ന് വാതിലുകളും ആറ് ജനാലകളും കാണും. എല്ലാം അടച്ചനിലയിലും ലൈറ്റ് കെടുത്തിയതായും കാണപ്പെടും. നടുക്കുള്ള വാതിലിൽ തൂവൽ സ്പർശം പോലെ ഒന്നു തൊടണം. അത് ഒച്ചയുണ്ടാക്കാതെ അകത്തേക്ക് തുറന്നു വരും"

അവൾ കോറിയോഗ്രാഫി അനാവരണം ചെയ്തു.

ഗെയിം പ്ലാൻ തെറ്റിക്കാതെ കോവിന്ദൻ നടുക്കുള്ള വാതിൽ മെല്ലെ ഒന്നു തൊട്ടു. വാതിൽ തുറന്നു. അത്ഭുതം. ലെന കാത്തു നില്ക്കുന്നു! അവൾ ഒച്ചയുണ്ടാക്കാതെ വാതിൽ കുറ്റിയിട്ടു. മെഴുകുതിരി കത്തിനില്ക്കുന്ന ടീപ്പോയുടെ അടുത്തുള്ള സോഫയിൽ ഇരിക്കാൻ ആംഗ്യം കാണിച്ചു. കോവിന്ദൻ ഇരുന്നു. ദൈവമേ! അവൾ അകത്തുപോയി ഒരാൽബം എടുത്തുകൊണ്ടുവന്ന് സോഫയിൽ കോവിന്ദന്റെ വാമഭാഗത്തായി ഇരുന്നു.

"അനുജത്തിയുടെ കല്യാണ ആൽബമാ.. അഞ്ചുവർഷം മുമ്പായിരുന്നു കല്യാണം"

അവൾ ആൽബം തുറന്നു. ഓരോ ഫോട്ടോയായി വിവരിക്കാൻ തുടങ്ങി. കോവിന്ദൻ അവളുടെ വലത്തേ കൈത്തണ്ടയിൽ ഒന്നു തൊട്ടു.

"വേണ്ട..വേണ്ട!"

അവൾ ക്രുദ്ധയായി. ആൽബം തുടർന്നു

"ഇത് അപ്പച്ചീടെ മക്കൾ അനുവും കിരണും. ഈ സുന്ദരിക്കുട്ടി അനിയത്തീടെ ഭർത്താവിന്റെ ചേച്ചീടെ മോളാ.. പിങ്കി.. ഭയങ്കര പാട്ടുകാരിയാ... ഡാൻസും കളിക്കും"

ഋഷ്യശൃംഗനെ ഓർമ്മിച്ചുകൊണ്ട് കോവിന്ദൻ അവളുടെ വലത്തേ കവിളിൽ വിരൽ കൊണ്ട് ഒരു ചിത്രം വരയ്ക്കാൻ ശ്രമിച്ചു.

"വേണ്ടാ.. തെണ്ടിത്തരം കാണിക്കരുത് "

അവൾ അകത്തേക്ക് പോയി. കോവിന്ദൻ അലസമായി ആൽബം മറിച്ചു. അവൾ ഒരു ഗ്ലാസ് നാരങ്ങാവെള്ളം കൊണ്ടുവന്നിട്ട് വീണ്ടും അടുത്തിരുന്നു. കോവിന്ദൻ ഒരിറുക്കിന് നാരങ്ങാവെള്ളം കുടിച്ച് വറ്റിച്ച് ഗ്ലാസ് ടീപ്പോയിൽ വച്ചു. ഒരു കിളവി പായസം കഴിച്ചിട്ട് വിരൽനക്കുന്ന ഫോട്ടോ കണ്ട് അവൾ കുലുങ്ങിച്ചിരിച്ചു .

"ആ ഇലയിലോട്ടൊന്നു നോക്കിക്കേ.. മുരിങ്ങാച്ചണ്ടി മാത്രേ ബാക്കീള്ളൂ.. ഭയങ്കര കൊതിച്ചിയാ.. തങ്കിയമ്മായി!"

അവൾ എണീറ്റ് ഗ്ലാസ് കൊണ്ട് അകത്തു വച്ചിട്ട് വീണ്ടും വന്നിരുന്നു. ആ സമയം കൊണ്ട് കോവിന്ദൻ ധൃതിയിൽ അവസാനത്തേതിന് മൂന്ന് പേജ് മുൻപ് വരെ മറിച്ചു. അവൾ വന്ന് അടുത്തിരുന്നു.

"ഇത്ര വേഗം നോക്കിയോ?"

ബാക്കിയുള്ള മൂന്നു പേജുകൾ അവൾ മറിക്കുകയും ഓരോ ഫോട്ടോയിലുമുള്ള അജ്ഞാതാത്മാക്കൾക്ക് അനുജത്തിയുമായുള്ള

ബന്ധം വിവരിച്ച് സന്ദർഭം വ്യക്തമാക്കുകയും ചെയ്തു.

ആൽബം അടച്ചുവച്ച് അവൾ എണീറ്റു. കോവിന്ദൻ അവളുടെ ഷോൾഡറിൽ തൊടാനും കെട്ടിപ്പിടിക്കാനും ഒരു വിഫലശ്രമം നടത്തി.

“വേണ്ട..വേണ്ടാ... ”

അവൾ കുതറി മാറി.

“നിന്റെ കൈപ്പത്തിയുടെ പുറകുവശത്ത് മാർപ്പാപ്പ ഉമ്മവയ്ക്കും പോലെ ഒന്ന് ഉമ്മ വച്ചോട്ടേ?”

കോവിന്ദൻ യാചിച്ചു.

“വേണ്ട.. വൃത്തികെട്ട കളിക്കൊന്നും ഞാനില്ല.”

അവൾ വാതിൽ തുറന്ന് വിമാനമിറങ്ങാൻ നേരം എയർഹോസ്റ്റസുമാർ കാണിക്കുന്നപോലെ തൂറാൻ മുട്ടുന്ന ഇളി ഇളിച്ചുകൊണ്ട് പുറത്തേക്ക് കൈ ചൂണ്ടി നില്പായി.

കോവിന്ദൻ മെല്ലെ പടിയിറങ്ങി. നേർച്ചപ്പെട്ടിക്കരികിലെ ചെരിപ്പു കണ്ടെങ്കിലും എടുക്കാതെ നഗ്നപാതനായി ബാർബർഷോപ്പിനരികിലേക്ക് നടന്നു. ബൈക്ക് എടുത്ത് സേവിയർ മുതലാളിയുടെ ബാറിൽ പോയി നാല് നില്പനടിച്ച് മാൻഹോളിനരികിലെത്തി. ഒരു ടിഷ്യൂ പേപ്പറെടുത്ത് മേൽ ഉദ്ദരിച്ച കവിത രചിച്ചു.

ഹാപ്പിനസ് ഇൻഡക്സ്

തോട്ടിപ്പണിക്കാരൻ കോവിന്ദൻ ട്രെയിനേജ് ഉദ്യോഗത്തിന്റെ ഇടവേളകളിൽ എഞ്ചിനിയർ സാറിന്റെ വീട്ടിൽ ചില്ലറ മരാമത്തുപണികൾ ചെയ്യാനിടയായ കാലത്ത് നടന്ന കഥയാണ് പറയാൻ പോകുന്നത്.

ഒരു മൂച്ചിന് കല്യാണം കഴിക്കുകയും രണ്ടാമത്തെ മൂച്ചിന് ക്ടായെ ഉണ്ടാക്കുകയും ചെയ്തപ്പോഴാണ് "ചൊക്കൻ ആപ്പൂരിയ പോലെ" എന്ന പഴഞ്ചൊല്ലിൽ പതിരില്ലെന്ന് കോവിന്ദൻ അറിയുന്നത്. പശൂന്റെ ക്ടായെപ്പോലെ പൊക്കിൾക്കൊടി കണ്ടിച്ച് ചന്തീംതട്ടി വിട്ടുകൊടുത്താൽ വല്ലടത്തും പോയി പ്ലാവിലയോ പുല്ലോ തിന്നുകൊള്ളുമെന്നാണ് കോവിന്ദൻ നിരീച്ചത്. ചെറുക്കൻ വയറ്റിക്കിടന്ന് വലുതായ ശേഷം പ്രസവിച്ചാൽ തള്ള ചത്തുപോവുമെന്നും പ്രസവിച്ച ഉടനെ വലുതാവാൻ പെണ്ണുമ്പിള്ള മത്സ്യഗന്ധിയല്ലെന്നും ആയതിനാൽ മനുഷ്യന്മാരുടെ ക്ടാകൾ പ്രിമെചർ ആയിട്ടാണ് ജനിക്കുന്നതെന്നും അവരെ വളർത്താൻ തന്തേം തള്ളേം പത്ത് വർഷം മൂക്കുകൊണ്ട് "ക്ഷ" വരക്കേണ്ടി വരുമെന്നും തങ്കപ്പൻ സാറ് കഴിഞ്ഞയാഴ്ചയാണ് പറഞ്ഞു തന്നത്. ഈ പ്രിമെചർ സ്വഭാവം വലുതായാലും വിട്ടുപോകത്തില്ലെന്ന രഹസ്യം കെട്ടിയോൾക്ക് മാത്രമറിയാം. അതിലവർക്കൊരു കൊയപ്പൂല്യ! ചെക്ക് ലിസ്റ്റിൽ പറഞ്ഞ സാമാനങ്ങൾകിട്ടിയാൽ മതി.

കുഞ്ഞുടുപ്പ് 7
ജോൺസന്റെ ബേബിസോപ്പ് 3
അയാൾടെ തന്നെ പൗഡർ 1
ജെ & ജെ ബേബി ഓയിൽ 2
പാമ്പേഴ്സ് ദിവസവും 4
etc
etc

അമേരിക്കക്കാരന്റെ "മണിപ്പഞ്ഞി" (മൂലാധാരവും സ്വാധിഷ്ഠാന വുമാണ് കവർ ചെയ്യുന്നതെങ്കിലും പേര് മണിപൂരകത്തിനിരിക്കട്ടേ!) യില്ലാതെ ഇന്ത്യൻ പുള്ളകൾക്ക് മുള്ളാൻ പറ്റാത്ത കാലമാണല്ലോ!

ചെക്ക് ലിസ്റ്റ് എന്ന കട്ടിളൈ ശാസനം കണ്ട് പേടിച്ചതോടെയാണ് ഡ്യൂട്ടിഫുൾ ഹസ്ബന്റ് ആയ കോവിന്ദൻ എക്സ്ട്രാ ഇൻകത്തിന് ഇടവേളകൾ ദുരിതപൂർണ്ണമാക്കാൻ തീരുമാനിച്ചത് എന്നു പറയാനാണ് ഇത്രയും വളച്ചുകെട്ടിയത്.

ബിവറേജിൽ ക്യൂ നിന്ന് കുപ്പി വാങ്ങുക, കരയിലിട്ടാലും ചാവാത്ത "ചേറി"നെ കായലിന്ന് പിടിച്ച് ഉപ്പും ചാമ്പലും ചേർത്ത് ചവിട്ടിപ്പിടിച്ച് തലകണ്ടിച്ച് തൊലിയുരിയുക, സാറ് ഇതെല്ലാം കൂടി വലിച്ചു വാരി കേറ്റീട്ട് വാള് വയ്ക്കുമ്പോൾ ആയത് കോരി മാറ്റുക, സാറിന്റെ തന്തപ്പ ടിയും തൊണ്ണൂറു വയസ്സുള്ളവനുമായ മൂപ്പിൽസിന്റെ മരണഭയം മാറ്റാൻ മൂർഖൻപാമ്പ് ഒളിച്ചിരിക്കാൻ സാദ്ധ്യതയുള്ള പോച്ചകളൊക്കെ ചെത്തിമാറ്റി മുറ്റം ക്ലീൻഷേവാക്കുക ഇത്യാദിയാണ് മരാമത്ത് പണികൾ.

മദ്യപിക്കുന്ന സ്ത്രീകൾ പൊതുവേ ബെനവലന്റ് ആന്റി (Benevolent autny) മാരല്ലെങ്കിലും കുടിയന്മാരായ ആണുങ്ങൾ ബെനവലന്റ് ബ്രോസ് ആണ് എന്ന വസ്തുത എടുത്തു പറയാതെ വയ്യ. ആയതിനാൽ കുപ്പീടെ മൂട്ടിൽ മിച്ചം വരണ ഇച്ചിരിപ്പോരം ചാരായം കോവിന്ദന് ചൂപ്പാൻ കൊടുക്കും. അങ്ങനെയാണ് കണ്ണടച്ച് തുറക്കണതിന് മുമ്പ് കോവിന്ദനും എഞ്ചിനീയർ സാറും ഗ്ലാസ് മേറ്റ്സ് (Glass mates) ആയിത്തീർന്നത്.

കോവിന്ദനേക്കാൾ അഞ്ചോണം കുറവേ ഉണ്ടിട്ടുള്ളുവെങ്കിലും എഞ്ചിനിയർ സാർ ജഗജില്ലാടിയാണ്. നിലവിൽ ആക്ടീവ് ആയി 40 കാമുകിമാരുണ്ട്. പെർമ്യൂട്ടേഷൻകോംബിനേഷൻ (Permutation - Combination) സങ്കല്പമനുസരിച്ച് 150 വരെ കൈകാര്യം ചെയ്യാൻ പറ്റുമെന്നാണ് സാറ് പറയുന്നത്. 110 വേക്കൻസി ഇനീം ഉണ്ടെന്നർത്ഥം.

"എങ്ങനെയാണ് സാറേ ഇത്രേം കാമുകിമാരെ ഡീൽ ചെയ്യണത്?"

കുപ്പീടെ അടീന്ന് ഒന്നര വടിച്ചെടുത്ത് അടിച്ചശേഷം കോവിന്ദൻ ചോദിച്ചു.

"അതിനൊരു അൽഗൊരിതമുണ്ട് (Algorithm). നിനക്ക് മനസ്സിലാകത്തില്ല"

"അതുപോട്ടെ, ഓരോരുത്തരോടും സാറ് എന്തരാണ് കുനുകുനാ സംസാരിക്കണത്?"

"അത് ചീള് കേസ്. സാധാരണ പെണ്ണുങ്ങളെ വളയ്ക്കാൻ 3 ചോദ്യങ്ങൾ പഠിച്ചാൽ മതി"

1. രാവിലെ എന്തര് തിന്നു?
2. ഉച്ചയ്ക്ക് എന്തര് തിന്നു?
3. രാത്രി എന്തരാണ് തിന്നാമ്പോണത്?

"എന്നിട്ട്?"

"ഇതുവച്ച് എത്ര വേണേലും കേറിക്കേറി പോവാം. നവരസങ്ങൾ വരെ വരുത്താം"

"അതെങ്ങനെ?"

"ഉച്ചയ്ക്ക് കപ്പേം മീനും തിന്നൂന്ന് അവള് പറഞ്ഞെന്നിരിക്കട്ടേ;

ച്ചിരി മീഞ്ചാറ് മോതിരവിരലിൽ മുക്കി നാക്കിൽ തേച്ച് തന്നോട്ടേന്ന് ഞാൻ ചോദിക്കും. അപ്പോ "പോ അവിടെന്ന്" എന്ന് അവൾ മൊഴിയും .. "ശൃംഗാര"മായില്ലേ?"

ഓർമ്മിപ്പിച്ച സ്ഥിതിക്ക് കോവിന്ദൻ കായല്മീൻ പൊരിച്ചതിന്റെ പൊടി നഖത്തിന്റിടേൽ എടുത്ത് നക്കി.

ചിലപ്പം ഞാനിതുവരെ ഒന്നും കഴിച്ചില്ല.. പട്ടിണിയാ ന്ന് കാച്ചും (കരുണം)

അല്ലെങ്കി മെഡിക്കൽ കോളേജിൽ 40 പാവപ്പെട്ട രോഗികൾക്ക് ബിരിയാണി കൊടുത്ത കഥ പറയും (വീരം)

വായിലും ആസനത്തിലും ആപ്പുകേറ്റി ശ്വാസംമുട്ടിച്ചുകൊന്ന് മരച്ചീനിവിളയിലിട്ട് പന്നിയെ വെട്ടി പോർക്ക്തോരൻ വച്ച കഥയെടുത്ത് ചാമ്പും (രൗദ്രം)

ഇവിടെ ചോറും എന്തിനോ വേണ്ടി തിളയ്ക്കുന്ന സാമ്പാറും എന്നൊരടിയടിക്കും (ഹാസ്യം)

ചേർത്തലേന്ന് താറാവ് റോസ്റ്റ് തിന്ന് ഫുഡ് പോയിസണടിച്ച് 3 ദിവസം ഛർദ്ദിയും തൂറ്റലുമായി കിടന്ന സംഭവം പറയും (ഭയാനകം)

ഭാര്യവീട്ടിൽ വിരുന്നിന് പോയപ്പം വെന്ത് വകയ്ക്ക് കൊള്ളാതായ സേമിയാപ്പായസം ഒരു ചരുവം കുടിപ്പിച്ച "ബീഭത്സം" എടുത്തിടും.

എന്റെ അമ്മ 47 വർഷമായി മീൻകറി വച്ചിട്ട് ഒരു ദിവസംപോലും ഉപ്പ് കൂടിപ്പോകാതിരിക്കണില്ലല്ലോന്ന് "അത്ഭുത"പ്പെടും."

"ശാന്തം" കോവിന്ദന്റെ വക:

"നല്ല പൂപോലുള്ള വാള അവിച്ച് അതീന്ന് ഒരു നെടുവരിയൻ പീസെടുത്ത് ഇടത്തേ കവിളിൽ വച്ചിട്ട് വെണ്ണപോലെ വെന്ത നൂറുമുട്ടൻ മരിച്ചീനി ചാറിൽ മുക്കി വലത്തേ കവിളിലും വച്ച് 5 മിനിട്ട് കണ്ണടച്ച് മിണ്ടാതെ ഇരിക്കണം.. എന്റെ സാറേ..."

അങ്ങനെയിരിക്കവേയാണ് എഞ്ചിനിയർ സാറിന് ഒരു ഇന്റർനാഷണൽ റോമിങ് കാമുകിയെ കിട്ടിയത്. തന്തപ്പടി മലയാളിയാണെങ്കിലും ഫിൻലൻഡിലാണ് സ്ഥിരതാമസം. ഹാപ്പിനസ്സ് ഇൻഡക്സി (Happiness Index) ൽ ഒന്നാം റാങ്കുള്ള ഫിൻലൻഡ് കാരിക്ക് 136 ആം റാങ്കിൽ കെടന്ന് നട്ടംതിരിയുന്ന ഇന്ത്യാക്കാരനെ പ്രേമിക്കാൻ എന്തരിന്റെ കുരുവോ എന്തോ?!

പുള്ളിക്കാരത്തിക്ക് ഹാപ്പിനസ്സ് മാത്രമല്ല ഐ ക്യു വും ലോക വിവരവും നർമ്മബോധവും വായനയും എല്ലാം ഇത്തിരി കൂടുതലാണ്. എഞ്ചിനിയർ സാർ പതിവുപേലെ

"എന്തരു തിന്നു?"

എന്നചോദ്യം എടുത്തിട്ടെങ്കിലും പുള്ളിക്കാരത്തി ഇംപ്രസ്ഡ് ആയില്ലെന്നു മാത്രമല്ല

"Korvapuusti, Lohikeitto, Spaghetti Aio Olio paperoncino"

എന്നിത്യാദി ഉത്തരങ്ങൾ സാറിന് ദഹിച്ചതുമില്ല.

ഇനി എന്തര് പറയട്ടെന്ന് അന്ധാളിച്ചിരിക്കുമ്പോൾ പുള്ളിക്കാരത്തി തന്നെ ഉപായം പറഞ്ഞു.

"ബ്രിജേഷ് നമുക്ക് പോയട്രിയോ ജോക്സോ ഒക്കെ സംസാരിച്ചാലോ?"

അങ്ങനെയാണ് കോവിന്ദന് അർദ്ധരാത്രി അടിയന്തിര വിളി വന്നത്.

"ഡേയ് നീ മാൻഹോളിന്റെ സൈഡിൽ എന്തരോ രായസം വായിക്കണത് കാണാമല്ലോ, ഒരു പ്രണയകവിത പറഞ്ഞു താടേ.. പുതിയൊരു കേസുകെട്ട് വന്ന് ചാടിയിട്ടുണ്ട്. മലയാളം വേണ്ട."

തീട്ടം വാരുന്നിടത്ത് ഉപയോഗിക്കാൻ പറ്റാത്ത സ്ഥിതിക്ക് പരിണാമസിദ്ധാന്തമനുസരിച്ച് കൊഴിഞ്ഞുപോകുമോ എന്ന് ഭയപ്പെട്ടിരുന്ന തലച്ചോറിന്റെ അറകളെ കോവിന്ദൻ കുലുക്കിത്തട്ടി.

"I want to do with you what Spring does with the Cherry trees"

"No one saw us this evening hand in hand"

എന്നിങ്ങനെ രണ്ട് പാബ്ലോ എടുത്ത് നെരൂദിച്ചു.

സാറ് അന്ധാളിച്ചും പുള്ളിക്കാരി സന്തോഷിച്ചും പോയെന്ന് പിന്നീട് അറിഞ്ഞു. ഡിമാന്റ് കൂടിയതനുസരിച്ച് കവാഫി (C P Cavafy) യുടെ ഇത്താക്ക (Ithaka) യും മുരാക്കാമിയുടെ (Murakami) യുടെ "100 % പെർഫക്ട് ഗേളും" ഉം ഒക്കെ മുറപോലെ സപ്ലൈ ചെയ്തു.

രണ്ടാഴ്ച കൊണ്ട് കോവിന്ദന്റെ സ്റ്റോക്ക് തീർന്നതും പുള്ളിക്കാരത്തിക്ക് കവിതയുടെ പഞ്ചാര തിന്ന് മടുത്തതും ഒരുമിച്ചായിരുന്നു. ഇനി കുറച്ച് മെയിൽജോക്സിന്റെ (Male Jocks) ഇഞ്ചി കടിച്ച് രസിച്ചാലോന്ന് ഒരിത്. നോൺവെജ് കഥകളുടെ വൻ റിസർവോയറാണല്ലോ കോവിന്ദൻ. ഒരു വ്യാഴവട്ടക്കാലത്തേക്ക് വേണ്ട സ്റ്റോക്ക് ഉണ്ട്. പിന്നത്തെ രണ്ടാഴ്ച അതായി. ഫിൻലൻഡ് സുന്ദരി ഫ്ളാറ്റ്! രാജകുമാരിയുടെ പരീക്ഷയിൽ കാളിദാസ ബ്രിജേഷ് വിജയിച്ചിരിക്കുന്നു.

സന്തോഷംകൊണ്ട് ഇരിക്കാൻ വയ്യാതായ പുള്ളിക്കാരി വിമാനം ചാർട്ടർ ചെയ്ത് കൊച്ചിയിലിറങ്ങി പഞ്ചനക്ഷത്ര ഹോട്ടലിൽ ദേവതാ വിഗ്രഹമായി വീണു. പൂജയും പുണ്യാഹവും കഴിഞ്ഞ് പുമാൻ ഗ്ലെൻഫിഡിക്കിന്റെ (Glenfiddih) കഴുത്ത് ഞെരിച്ച് മടമടാ നാല് നില്പനടിച്ചതോടെയാണ് ഇരിക്കണ കൊമ്പ് മുറിക്കുന്ന സീൻ ക്രൊണോളജി തെറ്റിച്ച് അരങ്ങേറിയത്.

"ബ്രിജേഷ്.. സർദാർജി ഒട്ടകത്തിനേംകൊണ്ട് മരുഭൂമിയിലൂടെ പോയ ആ ജോക്ക് ഒന്നൂടൊന്ന് പറയാമോ?"

പുള്ളിക്കാരത്തി 25 മില്ലി ഗ്ലെൻഫിഡിക്ക്, ഓൺ ദ റോക്സ് (on the rocks) കൈയിൽ പിടിച്ച് കറക്കിക്കറക്കി കാതരയായി.

എഞ്ചിനിയർ സാർ ബാത്ത്റൂമിൽ കയറി ടാപ്പ് തുറന്ന് ബി ജി എം ഓണാക്കിയിട്ട് ഫോണെടുത്ത് കുത്തി.

“ഡേയ് കോവിന്ദാ നീ ആ സർദാർജിടേം ഒട്ടകത്തിന്റേം വിറ്റ് പെട്ടെന്നൊന്ന് പറഞ്ഞേ... വേഗം വേണം... ആഗ്നസ് വന്നിട്ടുണ്ട്.”

എന്ന് പറഞ്ഞിട്ട് തിരിഞ്ഞുനോക്കിയതും തൊട്ടുപുറകിൽ ലവൾ!

പിന്നെ എന്തരായോ എന്തോ! മൂന്നീസം കഴിഞ്ഞ് എഞ്ചിനീയർ സർ കോവിന്ദന്റെ മാൻഹോളിൽ പാഞ്ഞടിച്ചെത്തി.

“എല്ലാം കുളമായി. കവിതേം തമാശേം നീയാ പറഞ്ഞ് തന്നതെന്ന് അവള് കണ്ടു പിടിച്ചു. പിന്നെയങ്ങ് ക്ഷമിച്ച്. പക്ഷേ, ഒരു കണ്ടിഷൻ.. ഗ്രാന്റ് ഹയാറ്റ് ഹോട്ടലിൽ അവൾ 10 ദിവസം കൂടി കാണും. ഒരു ദിവസം രാവിലെ മുതൽ വൈകീട്ട് വരെ നമ്മള് മൂന്നുപേരും കൂടി തമാശേക്കെ പറഞ്ഞ് സ്മാൾ ഒക്കെ അടിച്ച് ഇരിക്കണം എന്ന് ഒരേ നിർബ്ബന്ധം! എനിക്ക് നിന്റെ സഹായം വേണം”

“ഞാനെന്തര് ചെയ്യാൻ?”

“നീ നാളെ ലീവെടുത്ത് ഉച്ചയ്ക്ക് കൃത്യം 1.30 ന് ഹോട്ടലിലെത്തണം. അപ്പം ഞാനും ആഗ്നസും ഒരുമിച്ച്

“നല്ല ആളു തന്നെ 10 മണിക്ക് വരാന്നു പറഞ്ഞിട്ട് ഇപ്പഴാണോ വരുന്നത്.”

എന്ന് ചോദിക്കും.

“പെട്ടെന്നൊരു തിരക്കായിപ്പോയീന്ന് നീ പറയണം.”

“ഞങ്ങൾ ഇരിക്കാൻ പറയും. നീ പറയണം മൂലക്കുരുവാണ് ഇരിക്കാൻ പറ്റത്തില്ലാന്ന്.”

“എന്തായാലും വന്നതേ താമസിച്ചു ഇനി ലഞ്ചും ഡിന്നറും കഴിഞ്ഞ് രാത്രി പോയാൽ മതി.”

എന്ന് ഞാനും ആഗ്നസും പറയും. അപ്പോ നീ

“കൊച്ചിനു സുഖമില്ല മരുന്നു വാങ്ങണമെന്ന്”

“പറഞ്ഞിട്ട് പത്ത് മിനിട്ടുകൊണ്ട് വല്ലതും നക്കീട്ട് പെട്ടന്നങ്ങ് പോണം.”

ഒരു ദിവസത്തെ ശമ്പളം മുൻകൂർ കൊടുത്തിട്ട് സാറ് ചന്തിക്ക് തീപിടിച്ചപോലെ പാഞ്ഞു.

പറഞ്ഞപോലെ പിറ്റേ ദിവസം ഒന്നരയ്ക്ക് കോവിന്ദൻ ഹാജർ.

ആഗ്നസ്: “ഇത്രയ്ക്ക് ജാഡ പാടില്ല. ഞങ്ങൾ കാത്തിരുന്നു ബോറടിച്ചു”

കോവിന്ദൻ: “സോറി മാഡം. ച്ചിരി തിരക്കായിപ്പോയി”

ആഗ്നസ്: “മാഡമോ.. ഹേയ് നിനക്ക് വട്ടുണ്ടോ? വാട്ടീസ് ദിസ് ബ്രിജേഷ്?! ആഗ്നസ് ന്ന് വിളി.”

കോവിന്ദൻ: “സോറി ആഗ്നസ് ഓഫീസിൽ ചെറിയൊരു...”

ബ്രിജേഷ് : “എന്തോന്ന് ഓഫീസ്? ഇന്നൊരു ദിവസം ആഗ്നസിന് വേണ്ടി ലീവെടുക്കാരുന്നു. ഫിൻലൻഡിൽ നിന്ന് ഇത്രദൂരം വന്നതല്ലേ?”

കോവിന്ദൻ: "സോറി സർ.. ലീവെടുക്കാൻ ചെന്നതായിരുന്നു പക്ഷേ..."

ആഗ്നസ്: "സർ?!! ആർ യു മാഡ്? ബ്രിജേഷ്! യു ആർ തിക്ക് ഫ്രണ്ട്സ്.. ആറിന്റ് യു? ദെൻ വെയ് "സർ"?! ബ്രിജേഷ് ന്ന് വിളിയെടാ കോവിന്ദാ."

കോവിന്ദൻ: "ബ്രിജേഷേ ക്ഷമീരെടാ.. നേരത്തേ എത്തണമെന്നു തന്നെ ആയിരുന്നു.. പക്ഷേങ്കില്..."

പിന്നെയെല്ലാം പെട്ടെന്നായിരിരുന്നു. "പൈൽസ് കാരണം" കുത്തിരിക്കാതെ എന്തരോ അണ്ണാക്കിലോട്ട് തള്ളിയിട്ട് കോവിന്ദൻ പുറത്തു ചാടി. ബ്രിജേഷും ആഗ്നസും പോർട്ടിക്കോ വരെ അനുഗമിച്ചു. സെക്യൂരിറ്റി പിടിച്ചുകൊണ്ട് വന്ന ആട്ടോറിക്ഷയിൽ കോവിന്ദൻ കേറി. എഞ്ചിനിയർ സാർ കുനിഞ്ഞ് കുമ്പിട്ട് മുട്ടുകാലിൽ നിന്ന് മഹാക്ഷേത്ര പരിസരത്തെ കുഷ്ഠരോഗിയായ പിച്ചക്കാരനെപ്പോലെ ഇപ്രകാരം യാചിച്ചു.

"ആഗ്നസിന്റെ മുമ്പെ വച്ച് മാത്രം സാർ എന്ന് വിളിക്കണ്ട. ബാക്കി സമയം സാർ എന്നേ വിളിക്കാവൂ"

"അത് പിന്നെ എനിക്കറിഞ്ഞൂടേ സാറേ... ധൈര്യായിട്ട് പോയി ആർമാദീര് സാറേ.. നമ്മള് നാളേം കാണേണ്ടവരല്ലേ സാറേ?"

ആട്ടോറിക്ഷേന്നിറങ്ങി അപ്പുണ്ണീടെ തട്ടീന്ന് സിഗററ്റ് കൊളുത്തി മാൻഹോളിലേക്ക് പുകവിടുമ്പോൾ കോവിന്ദൻ ചിന്തിച്ചു;

"ഈ മദാമ്മയ്ക്ക് ആ മൈത്രേയനേയോ മറ്റോ പ്രേമിച്ചാൽ പോരായിരുന്നോ?"

അനുബന്ധം

പൊളിച്ചെഴുതപ്പെടേണ്ട വായനാശീലങ്ങൾ

പ്രൊഫ. ശ്യാംശ്രീനിവാസ്

"മരണം, ജനനം, രതി, യുദ്ധം, പട്ടിണിതുടങ്ങിയ 30–35 മനുഷ്യാവസ്ഥകളേ നിലവിലുള്ളൂ എന്ന് ആരോപറഞ്ഞിട്ടുണ്ട് (റൊളാങ് ബാത്തോ മറ്റോ ആയിരിക്കും. പുള്ളിക്കാരനാണ് ഇതിന്റെയൊക്കെ ഹോൾസെയിൽ). ആദികവി മുതലിങ്ങോട്ട് എല്ലാവർക്കും എഴുതാൻ ഇതൊക്കെയല്ലേ ഉള്ളൂ. ആ നിലയ്ക്ക് Treatment/style ൽ വ്യത്യസ്തതയുള്ള എഴുത്തുകളാണ് എനിക്ക് വായിക്കാനിഷ്ടം. ഏറ്റവും ഇഷ്ടം ഞാനെഴുതിയതന്നെ. ഞാനൊരു കൊടിയ നാർസിസ്റ്റാണ് ബ്രോ!"

വി എസ് അജിത്ത് എന്ന ന്യൂജെൻ എഴുത്തുകാരന്റെ വാക്കുകളാണിത്. അജിത്തിന്റെ കഥകളും ഇത്തരം സരസവും ധീരവുമായ തുറന്നു പറച്ചിലുകളാൽ വ്യതിരക്തമാണ്. ഒരു യഥാർത്ഥ എഴുത്തുകാരന്/കാരിക്ക് പുതുതായി ഒന്നും പറയാനില്ലെന്നും, അവൻ/അവൾ കാര്യങ്ങൾ എങ്ങനെ പറയുന്നു എന്നതാണ് പ്രധാനം എന്നുമാണ് ഫ്രഞ്ച് നോവലിസ്റ്റും ചരിത്രകാരനുമായ അലക്സ്റൊ ബേഗ്രിയോ ഒരു എഴുത്തുചർച്ചയിൽ ആവർത്തിച്ചത്. എങ്ങനെ പറയുന്നു എന്നത് ഒരു പ്രധാന കാര്യമായിത്തന്നെ ഭാരതീയ കാവ്യ മീമാംസകരും കണക്കാക്കിയിരുന്നു. അങ്ങനെ, കഥ പറച്ചിലിന്റെ വ്യത്യസ്തതകൊണ്ട്, അതിനുപയോഗിക്കുന്ന ഭാഷയുടെ അനിതരണസ്വത്വം കൊണ്ട് തന്റേതായ ഇടം കണ്ടെത്തിയ, പിൻഗാമികളാൽ അനുകരിക്കപ്പെടാൻ ഒരു പഴുതുപോലും ഇട നല്കാതിരുന്ന പ്രതിഭാധനന്മാരായിരുന്നു ബഷീറും വി കെ എന്നും എം പി നാരായണപിള്ളയുമൊക്കെ. അത്തരമൊരു ശ്രേണിയിലേക്ക് കടന്നുചെല്ലാൻ സാദ്ധ്യതയുള്ള പുതു എഴുത്തുകാരനാണ് വി എസ് അജിത്ത്. അദ്ദേഹത്തിന്റെ വ്യതിരക്തമായ ഭാഷ മാത്രമല്ല; സഹജമായ പ്രതിഭയും ബഹുമുഖമായ വ്യുല്പത്തിയും നിരന്തരമായ അഭ്യാസവും

ആ കടന്നു ചെല്ലലിനെ വേഗത്തിലാക്കുമെന്ന് നിസംശയം പറയാം. വി എസ് അജിത്തിന്റെ ഭാവനാ ലോകത്തേക്കുള്ള സഞ്ചാരമാണ് ഈ പഠനം.

ഭാഷയുടെ നിർമ്മിതിയും അപനിർമ്മിതിയും

ഭാഷാശാസ്ത്രം അതിന്റെ അനുകരണസിദ്ധാന്തവാദത്തെ കുടഞ്ഞെറിഞ്ഞ് കേവല ജ്ഞാന നിർമ്മിതിവാദത്തിന്റെപരിമിതികളേയും പിൻതള്ളി സാമൂഹിക/പരിസരബന്ധിതമായ ഭാഷാനിർമ്മിതിവാദത്തോട് (Social Contsructivism) കൂടുതൽ അടുക്കുന്ന കാഴ്ചയ്ക്കാണ് ഇരുപത്തൊന്നാം നൂറ്റാണ്ട് സാക്ഷ്യം വഹിച്ചത്. ഒരുവൻ/ഒരുവൾ, തന്റേതായ അനുഭവമണ്ഡലങ്ങൾ, ഭാവനകൾ, വിചാരങ്ങൾ എന്നിവ പ്രകടിപ്പിക്കുന്ന/ വിനിമയം ചെയ്യുന്ന ഭാഷ അവർ സ്വയം നിർമ്മിച്ചെടുക്കുന്നതാണെന്ന് ശാസ്ത്രീയമായി തെളിയിക്കപ്പെടുമ്പോഴും (ചോംസ്കിയൻ ഭാഷാശാസ്ത്ര സിദ്ധാന്തങ്ങൾ) സാഹിത്യവും അതിന്റെ ഭാഷയും കാലഹരണപ്പെട്ട അനുകരണസിദ്ധാന്തത്തെ ഉപേക്ഷിക്കാൻ തയ്യാറാകാതെ ഗതാനുഗതികത്വത്തിന്റെ വഴിയിൽ തന്നെയാണ് പലപ്പോഴും. പൂർവ്വസൂരികളുടെ ശൈലിയുടേയും ഭാഷയുടെയും ഹാങ് ഓവർ വിട്ടുമാറാതെ, നവ ആശയങ്ങളും ഭാവനകളും അവതരിപ്പിക്കാൻപോലും ആ പഴയ എഴുത്ത് രീതി ഉപേക്ഷിക്കാൻ തയ്യാറായില്ല. തന്റേതായ ഭാഷാ പുനർസൃഷ്ടിക്ക് വളരെ കുറച്ചു എഴുത്തുകാർ മാത്രമാണ് തയ്യാറാകുന്നത്. അവിടെയാണ് വി എസ് അജിത്തിന്റെ കഥകൾ വേറിട്ടും മുന്നോട്ടും കയറി നില്ക്കുന്നത്.

“കട്ടി വാക്കുകൾ എഴുതി ഞെട്ടിക്കുകയാണെങ്കിൽ കുട്ടിമാമേ, ഞങ്ങൾ കൂട്ട് വെട്ടി സോളമന്റെ ഉത്തമഗീതങ്ങൾ ഉപേക്ഷിച്ച് മംഗളന്റെ അധമഗീതങ്ങളിലേക്ക് പോകും!” എന്ന ഭീഷണിയോടെയാണ് പിയർ ഗ്രൂപ്പ് പപ്പനും തൊലിഞ്ഞ കോയിൻസിഡൻസും എന്ന കഥ ആരംഭിക്കുന്നത്. ഈ കഥയുടെ ആദ്യ വാചകവും ശീർഷകവും ഒരു വായനക്കാരന്റെ പതിവ് പരികല്പനകളെ തല്ലിത്തകർക്കുന്നു. ഒപ്പം സാഹിത്യത്തിന്റെ സമകാലികാവശ്യത്തെ കൂടി അഡ്രസ് ചെയ്യുന്നുമുണ്ട്. ഇതേ കഥയിൽത്തന്നെ മറ്റൊരിടത്ത് ‘‘ഭാഷാദ്ധ്യാപകൻ മുറ്റു “വെന,” പറ്റു”വെന എന്നൊക്കെ പഠിപ്പിച്ച് സാഹിത്യത്തെത്തന്നെ വെനമസ്സാക്കി തീർത്തതുകൊണ്ട് പുസ്തകം കണ്ടാൽത്തന്നെ ഓടിക്കളയും!’’ എന്നുകൂടി എഴുതാൻ മടിക്കുന്നില്ല. ഭാഷാ പാണ്ഡിത്യം ചിലപ്പോഴെങ്കിലും വിനയാകുമെന്ന് ഓർമ്മിപ്പിക്കുന്ന രസകരമായ മറ്റൊരു കഥയാണ് ഇന്നു ഭാഷയിതപൂർണ്ണമിങ്ങഹോ.

തെക്കൻ കേരളത്തിന്റെ, പ്രത്യേകിച്ച് തെക്കൻ തിരുവിതാംകൂർ ഭാഷയുടെ പ്രഹരശേഷിയും ആക്ഷേപ സാദ്ധ്യതയും കൂടെ വിസ്മൃതിയുടെ ചതുപ്പിലേക്ക് താഴ്ന്നുപോയ നാടൻ ശൈലിയും വാക്കുകളും വി എസ് അജിത്തിന്റെ കഥകളെ സാഹിത്യാസ്വാദനത്തിന്റെ ജൈവ

വൈവിദ്ധ്യത്തിലേക്ക്, വേറിട്ട വായനാ വഴിയിലേക്ക് കൂട്ടിക്കൊണ്ട് പോകുന്നുണ്ട്. തിണ്ണപ്പരിപാടി എന്ന കഥയിൽ, ആ വാക്കിന്റെ അർത്ഥ മന്വഷിച്ചുപോയനായകൻ, വാക്കുകൾ ഉണ്ടാകുകയല്ല; അവ മണ്ണിൽനിന്ന് മുളച്ചുവരുന്നതാണെന്നും അതുകൊണ്ടുതന്നെ അതിന്റെ ജൈവ പരിസരങ്ങളെ നിഷേധിക്കുക എന്നത് സ്വന്തം സംസ്കാരത്തെ തള്ളിപ്പറയുന്നതിനു തുല്യമാണെന്നും അർത്ഥശങ്കയ്ക്കിടയില്ലാത്തവിധം സർക്കാസ്റ്റിക്കായി പറഞ്ഞു വെയ്ക്കുന്നുണ്ട്.

നല്ലപ്പം (ആദ്യമായിട്ട്), തോനെ (യഥേഷ്ടം), ലങ്ങേര് (അദ്ദേഹം), പങ്കം (നാണക്കേട്), യതത്തിന് (സൗകര്യത്തിന്) തുടങ്ങി പുതുകാലത്തിന്റെ ദൈനംദിനവിനിമയങ്ങളിൽനിന്ന് പുറന്തള്ളപ്പെട്ട് തുരുമ്പിച്ച് നാശം സംഭവിച്ച ഒട്ടേറെ തനത് നാടൻവാക്കുകളും ശൈലിയും അജിത്തിന്റെ കഥകളിൽ ഉലയുടെ തീത്തിളക്കത്തോടെ കാണാൻ കഴിയും. ഒരു ദേശം ഒരു ഭാഷ എന്ന ഏകാധിപത്യ നിലപാടിനെതിരെയുള്ള കലഹം കൂടിയാണ് മണ്ണിന്റെ ചൂടും ചൂരുമുള്ള ഭാഷയുടെ അപനിർമ്മാണത്തിലൂടെ സംഭവിക്കുന്നതും. ആഗോളതലത്തിൽത്തന്നെ വാക്കുകളുടെ സ്വാതന്ത്ര്യ പ്രഖ്യാപനം ആഹ്വാനം ചെയ്യുന്ന ഈ കാലത്ത് ഇത്തരം ഭാഷാപ്രയോഗ വിപ്ലവത്തെ അവഗണിക്കാനാകുന്നതെങ്ങനെ? പ്രശസ്ത കെനിയൻ എഴുത്തുകാരൻ ഗുഗിവാതിയാങ്കോ (Ngugi wa Thiango) താനിനിമുതൽ മാതൃഭാഷയായ ഗികിയൂ (Gikuyu) വിലേ എഴുതൂ എന്ന് ലോകത്തോട് വിളിച്ച് പറഞ്ഞതും ഈ കാലത്ത് തന്നെയാണ്. നമ്മളെ സംബന്ധിച്ചിടത്തോളം ഇതൊരു സാംസ്കാരിക/സാമൂഹിക അസ്തിത്വത്തിന്റെ പ്രശ്നം കൂടിയാണ്. പ്രത്യേകിച്ച് എഴുനൂറ്റി ഇരുപതോളം വാമൊഴി ഭാഷകൾ സജീവമായി നിലനില്ക്കുന്ന ഒരു ഭാഷാ വൈവിദ്ധ്യ ഭൂപടത്തിൽ നിന്നുനോക്കുമ്പോൾ.

മാൻഹോളിൽ ഞുളയുന്ന മനുഷ്യ ജീവിതങ്ങൾ

വി കെ എന്നിന് പയ്യൻ, ജി അരവിന്ദന് ദാമു, എന്നപോലെയാണ് വി എസ് അജിത്തിന് കോവിന്ദൻ. തോട്ടി പണിക്കാരനായ കോവിന്ദനിലൂടെയാണ് അജിത്ത് തന്റെ ആശയ സംവാദങ്ങളെ/ധൈഷണിക ആകുലതകളെ അടയാളപ്പെടുത്തുന്നത്. ഭരണകൂടത്തിന്റെ അധികാര ധാർഷ്ട്യത്തിനും നവ മുതലാളിത്തത്തിന്റെ ചൂഷണ വ്യവഹാരങ്ങൾക്കുമിടയിൽ ഞെരിഞ്ഞമരുന്ന നിസ്സഹായനായ മനുഷ്യന്റെ പ്രതീക്ഷകൾ വറ്റിയ വഷളൻ (വിഷാദ?) ചിരിയാണ് അജിത്തിന്റെ കോവിന്ദൻ നമുക്ക് വിളമ്പുന്നത്. അതാകട്ടെ പുതു തലമുറയുടെ ധാർമ്മികരോഷവും ധർമ്മ സങ്കടങ്ങളും ഇഴചേർന്ന മലയാളിയുടെ സ്വത്വബോധത്തിന്റെ സരസ ബിംബങ്ങളാകുന്നു. പതിനായിരവും അംബാനിയും എന്ന കഥയിൽ, തോട്ടിപ്പണിക്കാരനായ കോവിന്ദനിൽനിന്നും പതിനായിരം രൂപ മോഷ്ടിച്ച്, അത് വീട്ടിൽകൊണ്ടു പോകാതെ ആ കാശിന് ഭാഗ്യക്കുറി എടുത്ത് അതിന് ഇരുപത് മില്യൺ ദർഹംസ് കിട്ടി സന്തുഷ്ടനാകുന്ന മുകേഷ്

അംബാനിയെ കണ്ട് ആദ്യം നമ്മൾ അമ്പരക്കും. പിന്നെ രണ്ടാമതൊരു വായനയിൽ ശത/സഹസ്ര കോടീശ്വരന്മാരുടെ ശതമാനവർദ്ധനക്കു വേണ്ടി നാമെത്രപേർ തോട്ടിപ്പണിക്ക് അനുദിനം ഇറങ്ങേണ്ടി വരും എന്ന ചോദ്യം മാത്രം അവശേഷിക്കും. ഉത്തരങ്ങൾ കണ്ടെത്തേണ്ടത് വായനക്കാരന്റെ ഉത്തരവാദിത്വമാണ് എന്ന് തന്റെ എല്ലാ കഥകളിലൂടെയും വി എസ് അജിത്ത് ഓർമ്മപ്പെടുത്തിക്കൊണ്ടേയിരിക്കും. ബ്ലാക്കും വൈറ്റുമായി കോടികളുടെ ആസ്തിയുള്ള കോടീശ്വരന്റെ ഭാര്യ (ബ്ലാക്ക് ആന്റ് വൈറ്റ് കോടീശ്വരൻ) ഒടുവിൽ കോവിന്ദനോടൊപ്പം "പൊറുക്കാൻ" വരുന്നത് മേല്പറഞ്ഞ കഥയുടെ തുടർവായനയായോ ജീവിതമായോ വായിച്ചെടുക്കാം.

മലയാളിയുടെ ലൈംഗികദാരിദ്ര്യത്തിനു നേരെ/അതിന്റെ ലിംഗ സമത്വ നിരാസത്തിനെതിരെ കോവിന്ദനെക്കൊണ്ട് മാൻഹോളിലെ മാലിന്യം (അല്ല, അന്നേരം കഥാകാരൻ അതിനെ തീട്ടം എന്നു തന്നെ പറയും.) വലിച്ചെറിയിക്കുന്നുണ്ട്. നൈനംചരിന്ദന്ദിശസ്ത്രാണി, ഇണയില്ലാപ്പൊട്ടൻ എന്നീ കഥകളിൽ കുടഞ്ഞെറിഞ്ഞാലും പോകാത്ത ഒരു ഒളിഞ്ഞു നോട്ടക്കാരന്റെ സ്വത്വംപേറുന്ന പ്രബുദ്ധ മലയാളിയെ കാണാം. വാഴവെച്ച നാഗം എന്ന കഥയിൽ കൃഷി, നാഗം എന്നീ പരസ്പരപൂരകമല്ലാത്ത ബിംബങ്ങളെ സമർത്ഥമായി കൂട്ടിയോജിപ്പിച്ച്, കൃത്രിമ സദാചാര പുരുഷന്റെ ലൈംഗിക ഗതികേടിനെ ക്രൂരമായിത്തന്നെ പരിഹസിച്ചിരിക്കുന്നു.

"ശീമോൻ കരിനാഗത്തിന്റെ വിടർന്ന പത്തിക്കു മുകളിൽ തുറന്ന കൈപ്പത്തി വിരിച്ചു. ഇളം ചൂടുംതണുപ്പും. ഹാ!."

അതെ ഇണയില്ലാത്തവന് കൈപ്പത്തി തന്നെ തുണ എന്ന് ധ്വന്യാത്മകമായി പറഞ്ഞു വയ്ക്കാൻ ധൈര്യം കാട്ടുന്നു കഥാകാരൻ. ഹാർവി വെയ്ൻസ്റ്റീൻ വിവാദ കാലത്ത് ഉയർന്നുകേട്ട മീടൂകാമ്പയ്നുകളിൽ ഈ ലൈംഗിക ദാരിദ്ര്യം മലയാളിയും ഏറെക്കുറെകേട്ട് ലജ്ജിച്ചതാണല്ലോ. മാൻഹോളിലെ മാലിന്യത്തേക്കാൾ ദുർഗ്ഗന്ധം വമിപ്പിക്കാൻ കഴിയുന്നുണ്ട് ഇത്തരം കപട സദാചാര വിചാരങ്ങൾക്ക്.

ആൺബോധത്തിന്റെ മുന കിടക്കുന്ന പെൺഭാവനകൾ

ഫെമിനിസത്തിന്റെ മാനിഫെസ്റ്റോഎന്ന് വിളിക്കുന്ന "ദ സെക്കൻഡ് സെക്സ്" എന്ന കൃതിയുടെ ഇരുപത്തഞ്ചാം വാർഷികത്തോടനുബന്ധിച്ച് ഗ്രന്ഥകാരിയായ സിമോൺദബുവയൊട്, സൊസൈറ്റി (1976 ജനുവരി ഫെബ്രുവരി) എന്ന പ്രസിദ്ധീകരണത്തിനു വേണ്ടി ജോൺ ഗെറാസി നടത്തിയ അഭിമുഖത്തിനിടയിൽ സാർത്രുമൊത്ത് നീണ്ട നാല്പത്തിയഞ്ച് വർഷം പുലർത്തിയ ബന്ധത്തെകുറിച്ച് ചോദിക്കുന്നുണ്ട്. അതിന് ബുവേ ഇപ്രകാരം മറുപടിനല്കി: "ഞങ്ങളിരുവരും വ്യക്തിപരമായ ബോദ്ധ്യം അനുസരിച്ച് എന്തിനാണോ സൃഷ്ടിക്കപ്പെട്ടത്

അതുപോലെ ജീവിക്കുമെന്ന് ഉറപ്പിച്ചു. അത്തരമൊരു ചട്ടക്കൂടിൽ ശത്രുതയ്ക്കോ സ്പർദ്ധക്കോ സ്ഥാനമില്ല." ഇത്തരം വ്യക്തിപരമായ ബേദ്ധ്യമില്ലാത്ത, സ്വന്തം സ്വത്വ പ്രതിസന്ധികളുടെ കുരുക്കഴിക്കാനറിയാത്ത, ഏച്ചുകെട്ടിയാൽ മുഴച്ചിരിക്കുന്ന ദാമ്പത്യ ബന്ധങ്ങളാണ് അജിത്തിന്റെ കഥകളിൽ കാണാനാവുക. അതാകട്ടെ കേരളീയ യാഥാർത്ഥ്യങ്ങളുടെ കാരിക്കേച്ചർ/കാർട്ടൂണിക്ക് വാങ്മയചിത്രങ്ങളും.

സ്ത്രീ പുരുഷ ബന്ധത്തെ അപഗ്രഥിക്കേണ്ടിവരുമ്പോൾ ഫ്രോയിഡിയൻ സൈക്കോ അനാലിസിസിനെയാണ് പല നിരൂപകരും ഉരകല്ലായി സമീപിച്ചത്. എന്നാൽ വി എസ് അജിത്തിന്റെ കഥകളിലെ ആൺ പെൺ മനോവ്യത്യാസങ്ങൾ മനസ്സിലാക്കാൻ എബ്രഹാം മാസ്ലാവ്നെയും, എറിക് എറിക്ക്സനേയും ഒക്കെ കൂട്ടികൊണ്ടുവരേണ്ടിവരും.

ആഖ്യാനത്തിലെ ഇതരപാഠങ്ങൾ

കലയും സാഹിത്യവും സഹൃദയാഹ്ലാദകാരിയായിരിക്കണമെന്ന് വിവക്ഷിക്കപ്പെടുമ്പോൾ, അത് ബൗദ്ധിക വ്യാപാര മേഖലയായ ശാസ്ത്രത്തേയും അതിന്റെ അവാന്തര വിഭാഗങ്ങളേയും എതിർചേരിയിൽ കൊണ്ടു നിർത്തുന്ന ഒരു അലിഖിതവിശ്വാസം നൂറ്റാണ്ടുകളിലായി ഉപബോധമനസ്സിലെങ്കിലും നാം ചുമന്നു നടക്കുന്നുണ്ട്. അതായത് ഹൃദയം കൊണ്ടനുഭവിക്കേണ്ട കലയെ/സാഹിത്യത്തെ തലച്ചോറുകൊണ്ട് അളക്കരുതെന്ന നിയോക്ലാസിക് ബോധം പിൻപറ്റുന്ന എഴുത്തുകാരും വിമർശകരും ഇന്നും ധാരാളം. ഹോവാഡ്ഗാർഡ്നെറുടെ (Howard Gardner) ബഹുമുഖ ബുദ്ധിയെകുറിച്ചുള്ള (Multiple Intelligence) നവാശയങ്ങൾക്ക് ഇരുപത്തൊന്നാം നൂറ്റാണ്ടിൽ ലഭിച്ച വലിയ അംഗീകാരവും, സാഹിത്യത്തിന്റെ സൗന്ദര്യശാസ്ത്രം ന്യൂറോസയൻസുമായി എപ്രകാരം അഴിച്ചെടുക്കാനാകാത്തവിധം മുറുകി ഇരിക്കുന്നുവെന്ന് ശാസ്ത്രീയമായി വിശദമാക്കുന്ന ഡോ: വി എസ് രാമചന്ദ്രന്റെ കണ്ടെത്തലുകളും (The Tell-Tale Brain – a neuroscientist's quest for what makes us human) കണ്ണിലൂടെ കാണേണ്ട കഥകളാണ് വി എസ് അജിത്തിന്റേത്. ആ കഥകളിൽ അടർത്തിയെടുക്കാനാകാത്തവിധം ഒട്ടിച്ചേർന്നിരിക്കുന്ന ഫിസിക്സും, കെമസ്ട്രിയും, ബയോളജിയും എന്നുവേണ്ട സ്റ്റാറ്റിറ്റിക്സും റിസർച്ച് മെത്തഡോളജിയും കാണാനാകും. ആഖ്യാനത്തിലെ ഇത്തരം ഇതരപാഠങ്ങൾ വായനക്കാരന്റെ ജ്ഞാനബോധത്തെ കൂടി സംസ്കരിച്ചെടുക്കും. ഒരു നേരമ്പോക്ക് വായനയ്ക്ക് പാകമാകുന്ന ഒന്നല്ല ഇത്തരം പാഠങ്ങളും പാഠാനന്തരവിചാരങ്ങളും.

നോനോഗമിസ്റ്റ്.. എന്ന കഥ ഒരേസമയം മന:ശാസ്ത്രത്തെയും വൈദ്യശാസ്ത്രത്തേയും അഡ്രസ്ചെയ്യുന്നുണ്ട്. മനുഷ്യന്റെ ലൈംഗിക മുൻധാരണകളെ പൊട്ടിച്ചെടുക്കേണ്ടതിന്റെ അനിവാര്യത, ശരീരശാസ്ത്ര ത്തിന്റെ സിദ്ധാന്തങ്ങളവതരിപ്പിച്ച് കഥാകൃത്ത്

വിശദമാക്കുന്നു. അങ്ങനെ ഇതരപാഠങ്ങളുടെ പാഠഭേദങ്ങളുടെ ആഖ്യാന ബഹുസ്വരതയാണ് അജിത്തിന്റെ ഓരോ കഥകളുടേയും ഫ്രെഷ്നെസ്. ലബ്ധ പ്രതിഷ്ഠനും യശഃപ്രാർത്ഥിയും ബിംബങ്ങളായി വരുന്ന യശഃപ്രാർത്ഥീവിലാപം എന്ന കഥ, ഒരു ക്ലാസ് റൂമിൽ വിവിധ വ്യക്തിത്വ സിദ്ധാന്തങ്ങൾ ഉദാഹരിക്കാൻ ഉപയോഗിക്കാവുന്ന കഥയാണ്. സാഹിത്യത്തിലെ ഈ സവർണ്ണ മനോഭാവങ്ങൾക്കെതിരേയും, ലബ്ധപ്രതിഷ്ഠാ മനോരോഗങ്ങൾക്കെതിരെയും ഉള്ള ആക്ഷേപ നോട്ടമാണ് ദീപസ്തംഭം മഹാശ്ചര്യം ആജാനുജൂബൻ എന്നീ കഥകൾ.

വായനക്കാരനെ വെറും വായനക്കാരനാക്കി നിലനിർത്തി കഥ പറഞ്ഞവസാനിപ്പിക്കുന്ന കഥാകൃത്തല്ല അജിത്ത്. തന്റെ വിഖ്യാത ചിത്രമായ ഗ്വെർനിക്കയെ ദുർഗ്രഹമെന്ന് വിശേഷിപ്പിച്ച നിരൂപകന്മാരോട് തനിക്ക് യാഥാർത്ഥ്യത്തിന്റെ അന്തസ്സത്തയിലാണ് താല്പര്യമെന്നും, കല നമ്മെ കൊണ്ട് സത്യം തിരിച്ചറിയിപ്പിക്കുന്ന നുണയാണെന്നും പാബ്ലോ പിക്കാസോ പറഞ്ഞിട്ടുണ്ട്. അതുതന്നെയാണ് വി എസ് അജിത്തിന്റെ കഥകളെകുറിച്ചും പറയാനുള്ളത്.

●